CÁC CẤP ĐỘ THIỀN
Dalai Lama

CÁC CẤP ĐỘ THIỀN
DALAI LAMA
Tâm Bình & Thanh Bình dịch

Bìa & Dàn trang Nguyễn Thành
Nhân Ảnh ấn hành 2020
ISBN: 978-1989705940
Copyright © 2020 by Tam Binh & Thanh Binh

DALAI LAMA
TÂM BÌNH & THANH BÌNH dịch

CÁC CẤP BỘ
THIỀN

NHÀ XUẤT BẢN
NHÂN ẢNH
2020

CÁC CẤP BỘ
CỦA SỰ THIỀN

Tự Thi

Chúng tôi lấy làm sung sướng để có thể trình bày lên đây việc thông dịch về Các Cấp Bộ của Sự Thiền trung cấp do ông Kamalashila viết cùng với lời bình luận của Thánh Dalai Lama. Khi Thánh Dalai Lama đưa lời bình luận nầy tại Manali vào năm 1989, chúng tôi lấy làm phấn khởi do sự ước muốn mạnh mẽ để biến nó thành một cuốn sách. Kể từ đó chúng tôi tiếp tục tiến hành công tác khi chúng tôi có thể và chúng tôi thật sung sướng rằng bây giờ nó trở thành hoa trái.

Acharya Kamalashila là một học giả triết gia thánh thượng vào thế kỷ thứ chín và là một môn đồ của tu viện trưởng Shantarakshita. Chính vì những hoạt động đầy lòng từ bi của những vị thầy vĩ đại như vậy mà một hình thái hoàn hảo và không sai lầm về những lời dạy của Buddha đã được nở hoa tại Tây Tạng. Kamalashila đã đóng một vai trò độc đáo trong lãnh vực này bởi vì ông ta là một học giả thánh thượng Ấn Độ đầu tiên đã cấu tạo một tập văn bằng tiếng Tây Tạng với một cái nhìn trong sự cần thiết của người dân Tây Tạng và với một ý định xua đuổi những sự hiểu lầm rồi trưng bày nó lên ở đó. Bất hạnh thay, do bởi sự rối rắm trong nhiều thời đại của chúng ta, và thảm kịch đặc biệt đưa đến sự sụp đổ của Tây Tạng, các sinh viên và các tu tập viên nghiêm chỉnh đã mất đi cơ hội để lắng nghe đến, đọc đến, suy nghĩ về, hoặc thiền định về những bài văn quan trọng như vậy. Nhận thức được điều này, Thánh Dalai Lama, mặc dù với nhiều sự kêu gọi ngài phải lưu ý, đã cố gắng nhiều để bảo vệ truyền thống nầy, những điều giúp đỡ việc nghiên cứu và đem vào trong sự thực hiện về ý nghĩa của một nội dung quan trọng và hiếm có như những nội dung nầy. Cuối cùng ngài đã dạy Các Cấp Bộ của Sự Thiền ở nhiều cơ hội trong thời gian qua.

Chúng tôi lấy làm hài lòng để đem những lời phê của ngài tại Manali, một thành phố nhỏ tại đỉnh của ngọn đồi Kulu Valley thuộc vùng Himachal Prdesh đã từ lâu có nhiều sự móc nối với người dân Tây Tạng và những người dân Ấn Độ Tây Tạng ở vùng biên giới. Sự ước mơ chân thành của chúng tôi là những sự cố gắng khiêm nhường sẽ đóng góp vào sự bảo tồn việc giáo dục không bị sứt mẻ của Acharya Kamalashila. Chúng tôi kỳ vọng với bất cứ những sự khắc ấn dương tính nào mà độc giả rút tỉa được từ nó có thể đóng góp vào tất cả những sự thành đạt của nhân loại vào niềm hạnh phúc tối hậu của phật tính Buddha.

Chúng tôi dâng hiến tất cả những công trình đã được tạo dựng lên qua việc làm nầy cho sự nở hoa của nhân quả Phật tính, cho sự an bình của nhân loại, và cho sự trường thọ của Thánh Dalai Lama và tất cả những vị thầy và những vị tu luyện vĩ đại về tinh thần khác. Chúng tôi mang ơn Suan Kyser, người nhuận bút của chúng tôi tại Snow Lion, về những lời đề nghị vô giá của bà đã mang lại tập văn cuối cùng sau khi đã được cải thiện, và đến với tất cả những ai đã gián tiếp và trực tiếp đóng góp vào trong việc mang kế hoạch nầy đến sự thỏa mãn hoàn toàn.

Cuốn sách này đã được dịch và nhuận bút bởi những vị sau đây: Geshe Lobsang Jordhen, một người đã tốt nghiệp Phật Giáo Biện Chứng Pháp (Institute of Buddhist Dialectics), Dharamsala, là vị phụ tá về tôn giáo từ năm 1989 cho Thánh Dalai Lama, Losang Choephel Ganchenpam là người đã được huấn luyện tại Viện Phật Giáo Biện Chứng Pháp và đã từng là một thông dịch viên về Phật Giáo trong hơn một thập niên qua, trước nhất tại Library of Tibetan Works and Archives, Dharamsala và sau đó tại Âu Châu, và Jeremy, là vị nhuận bút của *Cho-Yang, the Voice of Tibetan Religion & Culture*, được xuất bản bởi Norbulingka Institute, Dharamasala.

LỜI GIỚI THIỆU

Trong ngôn ngữ Ấn Độ Bhavanakrama
và trong ngôn ngữ Tây Tạng Gompai Rimpa

Đê đầu đảnh lễ Trí Khôn Nhân Cách Hóa Bồ Tát Đạo trẻ trung. Tôi sẽ vắn tắt giải thích những cấp bộ của sự thiền cho những ai theo hệ thống của thuyết pháp tập Mahayana. Kẻ thong minh muốn thực tế hóa tính toàn thức nhanh chóng cực tuyệt phải quyết mình cố gắng để làm vun đầy những nguyên nhân và điều kiện của nó.

Vị thầy tinh thần vĩ đại Kamalashila đã viết đoạn văn này được gọi là *Những Cấp Bộ của Sự Thiền* thành ba phần: *Những Cấp Bộ của Sự Thiền* khởi thủy, *Những Cấp Bộ của Sự Thiền* trung đẳng, và *Những Cấp Bộ của Sự Thiền* cuối cùng. Những chủ đề cốt yếu của bài khái luận này là tinh thần tỉnh ngộ của bồ tát đạo *bodhichitta* và cái nhìn toàn hảo của nó. Những lối đi tinh thần dẫn đến mục tiêu tối hậu của Phật tính có hai lối: phương pháp và trí khôn. Hai phẩm chất này này sản xuất thể chất, hay là *rupakaya,* và trí khôn thực chất, hay là *dharmakaya,* theo thứ tự. Điều thứ nhất đại biểu cho sự hoàn hảo hóa trong việc mang lại niềm an lạc cho tha nhân và điều thứ hai đại diện cho sự hoàn hảo hóa về những mục đích cá nhân của một người. Những phương pháp sản xuất bồ tát đạo *bodhichitta* và trí khôn nhận thức hóa tính trống rỗng tạo thành nền tảng căn bản của giáo lý Phật giáo, và nội dung văn bản này cung cấp một sự phơi bày rõ rang về hai khía cạnh này của con đường tu hạnh Phật giáo để dẫn đến sự giác ngộ.

Khi chúng ta nhìn kỹ hơn vào những giáo lý này, chúng ta tiến đến sự hiểu biết rằng tư tưởng từ bi là cội rễ của bồ tát đạo, hoặc tinh thần tỉnh ngộ. Tư tưởng về sự giác ngộ này phải được đưa vào trong việc thực hành liên đối với trí khôn để nhận thức bản tính thiên nhiên tối hậu của tất cả các hiện tượng, tính trống rỗng. Trí khôn này phải là một sự liên kết của cái nhìn thông thái đặc biệt và một tinh thần bám vào một cách bình thản được chú tâm một cách sắc bén độc nhất lên trên vật chất của nó, tính trống rỗng.

Phần đông trong quí vị đang lắng nghe điều này là những người đến từ Lahaul, Kinnaur, và những vùng Spiti của Ấn Độ, và phần lớn quí vị có một sự giáo dục nào đó,. Tuy nhiên, kỹ thuật giáo dục tôi sẽ áp dụng ở đây một cách căn bản được hướng về những người không tin tưởng vào tôn giáo. Trong tiến trình này, tôi muốn chỉ cho thấy làm thế nào để một người có thể sản xuất sự chú ý vào tôn giáo một cách tổng quát và trong Phật giáo nói một cách đặc thù. Có nhiều khuynh hướng lý luận có thể giúp ích cho chúng ta để khai triển sự chú ý vào tôn giáo. Trong cách thức này chúng ta có thể nhận thức rằng tôn giáo không nhất thiết được căn cứ vào niềm tin, nhưng niềm tin ấy trỗi dậy do sự nối liền với sự biện luận và luận lý. Một cách căn bản có hai loại niềm tin: là điều không được đặt căn bản vào một lý do đặc biệt nào và điều kia được hỗ trợ bởi sự lý luận. Trong trường hợp của loại niềm tin thứ hai, một cá nhân khảo nghiệm một sự vật về niềm tin của họ và điều tra sự thích đáng đối với nhu cầu của họ sau khi thấy những lý do tại sao nó có lợi. Trong Phật giáo một cách tổng quát, và đặc biệt theo đường đi của phái Mahayana, chúng tôi khảo nghiệm nội dung của những bài dạy và chấp nhận những điều gì hữu lý và phản bác những điều gì vô lý. Ngay cả những trường hợp như vậy khi những bài dạy ngay chính những lời nói của Buddha rằng chúng phải không được chấp nhận một cách tự nhiên, nhưng cần phải có sự diễn dịch. Mặt khác, những bài dạy có tính cách thánh thư nào có thể đứng vững với sự phân tích hợp lý phải cần được chấp nhận một cách thật sự. Tuy nhiên nếu chúng ta sưu tầm một thẩm quyền có tính cách thánh thư khác để phân biệt những thánh thư ấy phải được thông hiểu một cách đầy đủ và những thánh thư khác phải được diễn dịch, chúng ta sẽ bị rơi vào sự ngụy biện của sự thoái hóa vô tận. Chúng ta phải khảo nghiệm về cả hai loại các bài dạy thánh thư bằng luận lý. Vì vậy, chúng ta có thể thấy rằng trong việc nghiên cứu về các thánh thư Phật giáo, sự phân tích có luận lý có một vị trí rất quan trọng.

Trước khi quí vị khởi sự vào công việc điều tra, thật cần thiết rằng quí vị phải nghiên cứu những phương pháp dung để trắc nghiệm cái vật thể của sự phân tích của quí vị. Đối với những người muốn theo những bài dạy của Buddha trong thực hành, duy chỉ có niềm tin đơn thuần không đủ. Niềm tin phải được hỗ trợ bởi luận lý. Khi quí vị nghiên cứu, hãy tuân theo một phương pháp hợp lý. Trong khi tôi đang dạy, tôi muốn quí vị phải chú ý cẩn thận; ghi chép hoặc dung những phương tiện khác để có thể lưu giữ lại những gì tôi dạy.

Hãy để cho tôi giải thích những gì chúng tôi muốn nói đến việc ban ân phúc khi chúng tôi nói về việc ban ân phúc của một tu sĩ *lama* hoặc sự việc ban ân phúc của Dharma trong văn tự Phật giáo. Sự ban ân phúc phải được trỗi dậy từ bên trong tinh thần của quí vị. Nói không phải là một điều gì đó đến từ bên ngoài, ngay cả việc chúng tôi nói về ban ân phúc của một tu sĩ lama hoặc sự ban ân phúc của Tam Ngôi Trú Ngụ (Tam Bảo Ngôi). Khi những phẩm chất dương tính của tinh thần của quí vị gia tăng và những điều âm tính giảm dần, đó là những gì mà việc ban ân phúc có nghĩa nói đến. Tiếng Tây Tạng về tiếng ban ân phúc (*byin-rlab* đọc là *chin-lap*) có thể bẻ gẫy chia thành hai phần — *byin* có nghĩa "tiềm năng huy hoàng" và *rlap* có nghĩa "để chuyển hóa". Như vậy *byin rlap* có nghĩa chuyển hóa vào trong tiềm năng huy hoàng. Do đó, việc ban ân phúc nói đến việc mở mang những phẩm chất đạo đức mà quí vị trước đây không có và việc cải thiện những phẩm chất mà quí vị đã mở mang rồi. Nó cũng có nghĩa làm giảm sự làm dơ bẩn tinh thần làm trở ngại việc sản xuất những phẩm chất toàn thể. Như vậy sự ban ân phúc thật sự được tiếp nhận khi tinh thần nhận thêm sức mạnh và những tính chất xấu bị làm yếu đi hoặc suy đồi dần.

Bài văn nói, "người thông minh ước muốn thực tế hóa tính đa diện quán xuyến nhanh chóng một cách cực tuyệt phải cố gắng một cách quyết liệt để làm vun đầy những nguyên nhân và những điều kiện của nó". Điều này có nghĩa rằng cuốn sách này đương đầu với những thủ tục và việc luyện tập của sự thiền, hơn là sự phân tích chi tiết về những sự vật bị biện bác hoặc được trình bày trong một công tác nhiều triết lý hơn. Nó không phải có hai loại luận đề Phật giáo riêng rẽ và không có liên hệ với nhau — một số luận đề chỉ là chủ đề của những bài luận văn và những luận đề khác chỉ là những sách hướng dẫn tập luyện. Tất cả những thánh thư đều chứa đựng những bài dạy để giúp làm huấn nhục và kiểm soát tinh thần. Dầu sao đi nữa, có thể có những cấp bậc khác nhau một cách rõ rệt về sự nhấn mạnh của nó. Một số tập tục và nội dung bản văn chỉ được dung cho việc nghiên cứu và chiêm nghiệm, và có những văn bản khác được giảng dạy với sự nhấn mạnh đặc biệt về các thủ tục thiền. Cuốn sách này nhắm vào mục đích của phần thứ hai sau này. Do đó, theo nội dung của nó, nó được gọi *Những Cấp Bộ của Sự Thiền*. Và như nhan đề đã nói, văn bản này mô tả làm thế nào con đường tinh thần có thể được mở mang trong dòng tinh thần của việc tiến theo một thứ tự thích hợp, và không phải trong cách thức một món ăn từng miếng một bị phân tán khắp nơi.

Giữa ba phần là *Những Cấp Bộ của Sự Thiền,* đây là phần trung cấp. *Acharya Kamamlashila* đã dạy bài này bằng ngôn ngữ Ấn Độ. Văn bản được bắt đầu bằng tiêu đề tiếng Phạn Sanskrit, sự đề cập đến n có khuynh hướng làm lợi ích cho độc giả bằng cách tạo một năng lực về ngôn ngữ thần thánh trong tinh thần của mình. Việc ngâm lên cái tiêu đề trong ngôn ngữ văn chương Ấn Độ còn có một không gian lịch sử. Kể từ buổi bình minh của nền văn minh tại Vùng Đất Tuyết Trắng Tây Tạng và với sự mở mang dần dần của quốc gia Tây Tạng đã có một sự liên kết với các quốc gia láng giềng. Nhìn lại trong quá khứ hình như nó ẩn hiện cho thấy người dân Tây Tạng đã hội nhập với nhiều yếu tố văn hóa xã hội tốt từ những láng giềng của họ. Thí dụ Ấn D(ộ, xứ láng giềng của chúng tôi về phía Nam là cội nguồn của tôn giáo và những hệ thống văn hóa và những chủ đề đã làm phong phú tinh thần. Cũng tương tự, những nền văn hóa cổ xưa và các khoa học chẳng hạn như y dược, triết lý Phật giáo, tiếng Phạn (Sankrit), vv…. Đã được thổi vào từ Ấn Độ, quê hương của nhiều học giả nổi tiếng. Vì vậy, chúng tôi người dân Tây Tạng có một truyền thống tôn kính Ấn Độ như là Vùng Đất Thánh. Nước Trung Hoa được biết đến vì thức ăn ngon của nó và những số lớn khác nhau về rau trái. Trong ngôn ngữ tiếng Tây Tạng chúng tôi dung những tiếng nói giống như của Trung Hoa, và ngay cả ngày nay chúng tội tiếp tục xử dụng những tiếng nói Trung Hoa về rau trái. Đây là những gì chúng tôi nhập cảng từ Trung Hoa. Cũng thế, áo quần người Mông Cổ đều thích hợp cho khí hậu lạnh, người dân Tây Tạng đã phỏng theo thời trang của họ. Vì thế, trên nhiều thế kỷ người dân Tây Tạng đã có nhiều liên hệ với các dân tộc láng giềng khác, chúng tôi nhập cảng nhiều điều tốt và đã mở mang những tính chất văn hóa xã hội đặc thù riêng biệt. Khi bản văn bắt đầu với câu, "trong ngôn ngữ Ấn Độ", nó chỉ cho thấy tính cách chính thống của bản văn — rằng nó được xuất xứ trong những bài luận văn của các vị thầy Ấn Độ.

Tồi bản văn nói, "Trong ngôn ngữ Tây Tạng," và tiêu đề bằng tiếng Tây Tạng được giưới thiệu đến. VIệc này cho thấy bài văn đã được chuyển dịch sang ngôn ngữ của một quốc gia khác, Tây Tạng. Ngôn ngữ Tây Tạng phong phú đủ để diễn tả một cách chính xác những bài luận văn vĩ đại, bao gồm cả những thuyết pháp tập và những lời bình luận của chúng. Trải qua nhiều thế kỷ tiếng Tây Tạng đã là một môi trường chính cho cả hai về việc làm luận văn và những khía cạnh tu luyện của Phật giáo. Ngay cả ngày nay, hình như tiếng Tây Tạng hầu như là một ngôn ngữ trên thế giới có thể truyền thong một cách đầy đủ toàn thể các giáo lý Phật giáo được chứa đựng trong các kinh pháp Himalaya, Mahayana va Tantra. Tiếng Tây Tạng vì vậy là một ngôn ngữ rất quan trọng và có giá trị đặc biệt đối với Phật giáo.

"*Đê đầu đảnh lễ Trí Khôn Nhân Cách Hóa Bồ Tát Đạo trẻ trung.*" Đây là sự đê đầu đảnh lễ và sự cầu khẩn của người thông dịch. Những người thông dịch bắt đầu sự làm việc của họ bằng cách tỏ sự tôn kính để họ có thể chu toàn việc làm của họ mà không gặp cảnh trở ngại. Nó còn biểu dương sự khao khát của họ để làm vun đầy những mục đích tạm thời và tối hậu của họ. Sự cầu khẩn được dâng lên cho đấng Trí Khôn Nhân Cách Hóa Bồ Tát Đạo theo sau một mệnh lệnh được ban bố bởi nhiều vị vua có tôn giáo trong quá khứ. Sự việc có ý định này là để chứng tỏ một cách rõ ràng về bqa sự phân chia của nó (gọi là pitakas, hay là những cái rổ) về những bài dạy của bất cứ một thuyết pháp tập hoặc các sự lệ thuộc bàn luận nào của Buddha. Lời cầu khẩn được dâng lên Buddha và các bồi tát Bodhisattvas nếu bản văn thuộc tập Những Bài Luận Văn Góp Nhặt. Và nếu một bản văn thuộc Những Bài Luận Văn Góp Nhặt, lời cầu khẩn được dâng lên Trí Khôn Nhân Cách Hóa Bồ Tát Đạo Manjushri. Để có thể chứng tỏ rằng một bản văn nào đó thuộc Những Bài Luận Văn Góp Nhặt, lời cầu khẩn được dâng hiến cho những Đấng Toàn Thức. Vì vậy lời cầu khẩn do bởi những người thông dịch làm đúng theo tập tục có truyền thống. Luận đề chính của bài văn này đề cập đến việc thiết lập tính vô-cái-tôi bằng cách tin tưởng vào sự tập trung nhất quán điểm ấy mà nó là một sự kết hợp của sự thong suốt đặc biệt và tinh thần bám trụ một cách bình thản. Và bởi vì nó thuộc vào Sự Tập Hợp của Kiến Thức, lời cầu khẩn được dâng lên Trí Khôn Nhân Cách Hóa Bồ Tát Đạo Manjushri.

Với câu, "cho những ai đi theo hệ thống của thuyết pháp tập Mahayana," tác giả văn tắt tiết lộ tiến trình của sự thiền cho những ai nghiên cứu về bài luận văn này. Bây giờ câu hỏi trỗi lên: Mục đích tối hậu gì của những người tập luyện về những bài dạy của Mahayana như vậy? Và câu trả lời là Phật tính. Ý nghĩa gì là Phật tính? Là người làm sở hữu chủ sự khôn ngoan hiểu biết toàn thể siêu việt tức Buddha, và trạng thái này được nghĩ đến như là Phật tính. Do bởi sự việc mục đích sau cùng của những bài dạy của Mahayana là để đạt được trạng thái toàn thức này, những người tu luyện cần phải điều tra một cặn kẽ phương tiện và phương pháp dẫn đến sự nhận thức hóa này. Xuyên qua sự điều tra như vậy, người ấy phải cố gắng để theo đuổi con đường toàn hảo và đúng để nhận thức hóa trạng thái toàn thức. Đây là một sự tóm tắt ngắn gọn về luận đề của cuốn sách này.

DẪN NHẬP

Trong lời nói của Hòa Thượng Superior Nagarjuna,

Nếu người muốn đạt được sự giác ngộ vô ngần
Cho chính người và thế giới
Cái rễ là sự sản xuất một tư tưởng vị tha
Bền vững và chắc chắn như ngọn núi
Một lòng từ bi ôm vào lòng tất cả mọi chúng sinh
Và một trí khôn siêu việt được giải thoát khỏi sự nhị nguyên.

Những ai trong chúng ta ước muốn có niềm hạnh phúc cho tha nhân và cho chính chúng ta một cách tạm thời hoặc vĩnh viễn đời đời phải được kích động để đạt được trạng thái toàn thông tuệ. Lòng từ bi, tư tưởng vị tha, và cái nhìn toàn hảo là những nền tảng của máu huyết về sự sống của con đường tiến đến sự giác ngộ cao nhất. Tại điểm nối tiếp này, chúng ta có niềm tin vào trong chế độ của Buddha và có lối tiến vào trong những lời dạy của ngài. Chúng ta được tự do khỏi mọi điều trở ngại và đã gặp được những yếu tố được đóng góp vào để chúng ta có thể nghiên cứu những khía cạnh sâu đậm và bao la về lời dạy của Buddha, chime nghiệm nội dung của chúng ta, và thiền về ý nghĩa của chúng. Chúng ta phải vì vậy xử dụng tất cả những cơ hội để chúng ta sẽ không có nguyên nhân để hối tiếc trong tương lai và để chúng ta không chứng minh rằng không tốt đối với chúng ta. Những gì kadam Geshe Sanpuwa đã nói đánh động vào luận đề trung tâm. Đoạn thơ sau đây làm cảm động tôi từ chính con tim:

Dạy dỗ và lắng nghe là thích đáng khi chúng ta có lợi ích cho tinh thần.

Tính tình được kiểm soát và có kỷ luật là dấu hiệu của những lời dạy được nghe đến.

Những sự làm buồn khổ được giảm dần là dấu hiệu của sự thiền.

Người tập yoga là người hiểu thực trạng.

Một việc cần phải được sáng tỏ là giáo lý Dharma (thần Trật Tự Vũ Trụ) chỉ có một mục đích : tạo kỷ luật cho tinh thần. Các vị thầy phải chú ý và nhìn thấy vào trong nó rằng những giáo lý của họ mang lợi ích đến cho tinh thần của học viên. Những sự chỉ giáo của họ phải được đặt nền tảng vào kinh nghiệm cá nhân về sự hiểu biết Dharma. Các học viên, cũng vậy, phải tham dự các bài dạy với một sự ước muốn làm lợi ích cho tinh thần của họ. Họ phải tạo một sự cố gắng trọn-vẹn-tất-cả để kiểm soát tinh thần vô kỷ luật của họ. Tôi có thể vì vậy mong mỏi rằng chúng ta phải nên cần mẫn chuyên chú đi theo những sự chỉ giáo của đại sư Kadampa Geshes. Họ đã khuyên rằng phải nên có sự kết hợp của tinh thần và Dharma. Mặt khác, nếu kiến thức và sự tập luyện được cư xử như là những thực thể tách rời và khác biệt nhau, thi việc huấn luyện có thể chứng minh là vô hiệu nghiệm. Trong tiến trình của việc tu luyện tinh thần của chúng tôi, chúng tôi phải khảo nghiệm chính chúng tôi và xử dụng Dharma như là một tấm gương phản chiếu trong đó để thấy sự phản ảnh điều thiếu sót của cơ thể, lời nó, và tinh thần của chúng ta. Cả hai thầy giáo và học viên phải được kích động để làm lợi cho chính họ và tha nhân xuyên qua việc tu luyện những lời dạy.

Như chúng ta tìm thấy trong những lời cầu nguyện *lam rim*:

Được khích động bởi lòng từ bi dũng mãnh
Kính xin ho phép con được trần thuyết kho tàng của Phật Pháp Buddhadharma
Chuyển vận nói vào những nơi mới lạ
Và những nơi đã bị mòn mỏi tàn phai

Chế độ của Buddha không phải là điều gì hữu thực. Vì vậy, sự phục hưng và việc làm lan tràn Phật giáo tùy thuộc vào tinh thần nội tâm của chúng ta, hoặc tính liên tục của tinh thần chúng ta. Khi chúng ta có thể làm giảm những sự thiếu sót của tinh thần, những phẩm chất tốt của nó gia tăng. Vì vậy, những sự chuyển hóa dương tính tạo ảnh hưởng là ý nghĩa của những gì gọi là sự bảo tồn và sự quảng bá về chế độ của Buddha. Thật hiển nhiên rằng chế độ này không phải là một thực thể có thể sờ mó được, rằng nó không thể được bán hoặc mua lại tại thị trường hoặc được kiến tạo một cách vật chất. Chúng ta nên chú ý vào những điều căn bản, như việc thực tập ba việc huấn luyện — sự từ bỏ, việc làm thức tỉnh tinh thần bồ tát đạo bodgichitta, và việc trí khôn nhận thức hóa tính trống rỗng.

Trách nhiệm về việc bảo tồn và việc làm lợi ích hơn về chế độ của Buddha do chính chúng ta là những người có niềm tin vào trong chế độ; điều này cuối cùng tùy thuộc vào sự hấp dẫn của chúng ta đối với Buddha và kính trọng ngài. Nếu chúng ta không hành động một điều gì có tính cách xây dựng và kỳ vọng vào tha nhân sẽ làm, một cách hiển nhiên không gì có thể làm được. Bước đi đầu tiên là triển khai bên trong tinh thần của chúng ta về những phẩm chất dương tính đã được Buddha dạy dỗ. Sau khi tạo kỷ luật một cách thích đáng cho tinh thần của chúng ta, thì chúng ta mới có thể hy vọng giúp đỡ tha nhân tạo kỷ luật lên cho chính họ. Vị đại sư

Tsongkhapa một cách rõ ràng đã tuyên bố rằng đối với những ai không tạo kỷ luật cho chính họ thật không có một cơ hội nào để tạo kỷ luật cho tha nhân. Achyra Dharmakirti đã dạy những nguyên tắc này trong những ngôn từ chói sáng:

Khi kỹ thuật mơ hồ (đối với người),
Sự giải thích một cách tự nhiên khó khăn.

Những vị bồ tát giác ngộ trần thế Bodhisattvas với một ý định như vậy một cách tối hậu nhắm vào việc đạt cho được trạng thái của việc giác ngộ. Để đạt được mục đích này, họ tham dự vào trong việc tu luyện loại bỏ những cảm xúc làm quấy rối gây tổn thương tinh thần. Cùng lúc ấy họ cố gắng triển khai những sự thông hiểu tinh thần. Chính vì bằng cách tuân theo một tiến trình loại bỏ những phẩm chất âm tính và triển khai những phẩm chất dương tính mà các vị bồ tát đạo Bodhisattvas trở nên có khả năng để giúp mọi chúng sinh khác mình.

Bài bình luận về "Ý Thức Hữu Thực Yếu Lược" của Dignana cũng nói:

Những kẻ có lòng từ bi vận dụng mọi phương tiện
Để làm giảm thiểu những sự khổ đau của chúng sinh

Vì vậy, những ai trong chúng ta tin tưởng vào các bài dạy của Buddha phải cố gắng hết mình để sản xuất long đạo đức. Điều này cực tuyệt quan trọng. Nó thích thời một cách đặc biệt vào thời đại mà chế độ của Buddha bị suy đồi. Chúng tôi, những người dân Tây Tạng tạo tiếng kêu vang và phê phán người Trung Hoa về sự tàn phá họ đã tạo ra trong quê hương chúng tôi. Nhưng điều quan trọng là những tín đồ Phật giáo chúng tôi phải kiên trì chuyên chú bám vào những nguyên tắc của nó. Những bài giáo lý chỉ có đầy mục đích khi chúng tôi thấy được những sự lợi ích của việc tu tập, chấp nhận những kỷ luật, và những sự chuyển hóa dương tính có hiệu nghiệm trong những con tim của chúng ta. Việc lắng nghe những bài thuyết giảng về những chủ đề khác có mục đích khác nhau — ở đó chúng tôi nhắm vào việc hấp thụ những ý tưởng và tin tức.

Quí vị có thể thắc mắc những da61uy hiệu gì về những người tu luyện chân chính Dharma. Sự tu luyện nên bắt đầu bằng kỷ luật đạo đức về việc tránh mười hành động vô đạo đức. Mọi điều âm tính của cơ thể, lời nói, và tinh thần cần phải được nhận diện một cách thích đáng và những liều thuộc chống lại phải được thông hiểu một cách đầy đủ. Với kiến thức căn bản này, một cá nhân nên loại bỏ những hành động âm tính như đánh cắp, nói láo, v.v … và thực tập tính lương thiện, long bác ái và những hành vi đạo đức khác. Các tăng và ni được tôn vinh phải tuân theo những nguyên tắc về kỷ luật của tu viện. Những điều này có nghĩa tạo kỷ luật theo cách một cá nhân mặc trang phục áo choàng của tu viện, giao dịch với nhau và v.v… Ngay cả cách thức nhìn vào những người khác và những cách thức đúng đắn về việc nói chuyện với người khác đều được dạy theo nguyên tắc của luật lệ thuộc tu viện.

Đối với những người tu tập theo phái Dharma,một trong những sự thử thách chính là pha3nla5i những sự cảm xúc làm rối trí và cuối cùng giải thoát chúng ta khỏi chúng nó. Sự khó khăn của việc này là do bởi một sự thật đơn giản rằng những cảm xúc làm quấy rối này có từ thời gian không có sự khởi thủy đã tạo cho chúng ta phải chịu đựng nhiều sự đau khổ.Nếu một nào ngược đãi chúng ta, hoặc một kẻ thù tiêu diệt chúng ta, thì ta trỗi lên một nỗi buồn và khóc. Những kẻ thù ngoại lai, dù nó dã man bao nhiêu, chỉ có ảnh hưởng đến chúng ta trong suốt một cuộc đời. Mặt khác, những sự cảm xúc quấy rối là những kẻ thù nội tâm của chúng ta và có thể bất tận tạo thiên tai cho cuộc đời trong tương lai của chúng ta. Những cảm xúc này, trong thực tế, là những kẻ thù xấu nhất của chúng ta.

Phần còn lại đối với những người tu tập Dharma đều đến từ góc cạnh này: nếu những cảm xúc gây rối trí này được trừ giảm, sự tu luyện của chúng ta đã có hiệu nghiệm. Đây là đặc tính chính trong việc quyết định một người tu luyện chân chính, bất luận thánh thượng như thế nào chúng ta đã biểu lộ bên ngoài. Mục đích toàn thể của việc thiền là làm giảm đi những sự tổn thương bị lừa dối về tinh thần của chúng ta và cuối cùng tẩy xóa chúng đi khỏi từ tận gốc rễ của chúng. Bằng cách học hỏi và tập luyện những khía cạnh sâu đậm và bao la của việc giáo lý, một tu tập viên với sự quen thuộc được kéo dài và việc thiền về tính vô kỷ một cách cuối cùng đạt được một sự hiểu biết về thực trạng.

Chúng tôi đã tham dự vào việc dạy dỗ và lắng nghe, và thật là thiết yếu để biết những cách thức thích đáng, những phương pháp hữu hiệu, của việc lắng nghe vào sự dạy dỗ. Sự việc này sẽ cấu tạo việc loại bỏ ba sự thiếu sót khác của người lắng nghe (giống như chiếc tàu), và việc triển khai về sáu sự ý định thích hợp với chính mình. Điều thứ nhất của ba sự khiếm khuyết là việc lắng nghe theo cách thức giống như một thùng chứa hàng hóa không nắp đậy bị lật ngược. Điều này có nghĩa rằng chúng ta đang bận rộn vào một nơi nào khác. Cho nên khi một người nào đó đang giảng dạy, chúng ta thật sự không lắng nghe một chút nào. Trong một trường hợp như vậy chúng ta không thích thú với các bài giảng dạy và thật sự không nghe một điều gì đã được dạy. Đây là một trở ngại lớn cho việc học hỏi, và chúng ta phải loại trừ sự trở ngại này và tham dự việc giảng dạy với một sự chú ý tinh tế.

Điều thứ hai của ba sự khiếm khuyết là lắng nghe theo một cách giống như cái thùng chứa có nhiều lỗ lủng. Điều này có nghĩa rằng mặc dầu chúng ta đang lắng nghe các bài giảng dạy, chúng ta không giữ được nội dung của chúng. Trong trường hợp này, chúng ta thiếu tính chú tâm và trí nhớ. Việc tu luyện Dharma có nghĩa rằng chúng ta phải có thể làm lợi ích từ những gì chúng ta đã nghe. Nó không phải là một trò chơi tiêu khiển thời gian, giống như lắng nghe một câu chuyện. Những bài dạy mang lại cho chúng ta cách làm thế nào để sống cuộc đời có đầy ý nghĩa và làm thế nào để mở mang những thái độ thích hợp. Cho nên để có thể làm lợi ích từ các bài dạy, chúng ta phải lưu giữ chúng với sự đầy chú ý. Trong tất cả các loại của tiến trình học hỏi, lắng nghe, đọc sách v.v... chúng ta phải chú ý thật đầy đủ và phải cố gắng để nhớ nội dung của chúng. Khi sự chú ý của chúng ta chỉ nửa chừng chú tâm, chúng ta chỉ nhớ một nửa của các điểm và chúng ta lưu trữ nó chỉ trong một thời gian ngắn. Chúng ta phải phản ảnh và suy nghĩ về những điều gì chúng ta đã nghe được, lập lại và lập lại. Bằng cách này, kiến thức sẽ sống mãi trong tinh thần của chúng ta một thời gian lâu dài. Một kỹ thuật khác để nhớ những lời chỉ giáo là hãy tranh luận như nó được thực tập trong những trường học tranh luận cổ truyền.

Khiếm khuyết thứ ba của người nghe liên quan đến nguyên động lực, và giống như con tàu chứa chất độc. Khi chúng ta lắng nghe lời giảng dạy, chúng ta phải tránh những nguyên động lực lừa dối. Tất cả các hoạt động, đặc biệt là những sự tu luyện về Dharma chẳng hạn việc lắng nghe và đọc các văn kiện thánh thư, nó phải được thực hiện với một nguyên động lực toàn diện. Chúng ta phải nhắm vào để kiểm soát cái tinh thần bất kỷ luật, và rồi dần dà đạt được trạng thái Phật tính để làm lợi ích cho chúng sanh. Tôi khuyến khích quí vị không nên đối xử kiến thức của Dharma như là những loại khoa học khác chỉ học để mưu cầu sự sống.

Bây giờ hãy để cho tôi trở về với chủ đề chính, bài văn Kalamashila được biết như là *Những Cấp Bộ của Sự Thiền*.

Tác giả thật là tốt một cách bao la với dân tộc Tây Tạng. Vĩ nhận Tsongkhapa đối chiếu ông ta như là một học giả danh tiếng và tiêu đề thì thật là thích đáng. Trong năm bảy bài luận văn mà ông ta đã viết, *Sự Chiếu Sáng của Trung Đạo (Illumination of the Middle Way)* và bài này là bài đáng kính trọng nhất.

Dòng đời lưu chuyển của các bài về *Những Cấp Bộ của Sự Thiền* thì hiếm hoi. Tại những vùng trung và tây nam Tây Tạng, sự chuyển vận của nó không được biết đến một cách rộng rãi. Có thể nó hiện hữu tại những vùng bị cô lập hoặc những vùng xa xôi hẻo lánh. Khunnu Lama Tenzin Gyaltsen nhận được sự truyền giống dòng Kham, và Serkong Rinpoche nhận được sự truyền giống từ ông ta. Vào lúc ấy tôi đã không có thể nhận được sự lưu chuyển, mặc dầu tôi muốn. Tôi nghĩ rằng do bởi việc bản va8nkho6ng dài quá sẽ không có nhiều sự khó khăn trong việc thu nhận được về sau này. Thay vào đó, tôi đã cố gắng nhận dạy về một trong những bài luận văn như *Lời Bình Luận về Kalachakra (Great Commentary on Kalachakra)* của Buton Rinchen Drup, *Toát yếu Tantra về Kalachakra (Summary Tantra on Kalachakra)* và sáu tập sách về *Những Sự Chú Giải về Những Lời Bình Luận Lớn Được Gọi Là Ánh Sáng Không Rỉ Sét (Annotations of the Great Commentary Called Stainless Light)*.

Tôi đang đi xa tại Switzerland khi tôi nhận một điện tín nói rằng Serkong Ripoche qua đời và Yongzin Ling Rinpoche đang ở tình trạng kém sức khỏe. Rồi nó đánh động tôi rằng tôi đang phải trả cái giá về sự lười biếng của tôi trong việc không nhận được những bài văn về *Những Cấp Bộ của Sự Thiền*. Tinh thần tôi bị chất đầy bởi những sự ân hận và một ý nghĩa của sự mất mát. Sau đó, tôi sẽ phải hỏi ai là người truyền dòng lại mỗi khi tôi gặp các vị tu sĩ lama và nữ tu geshes. Có một lần, khi tôi đang ở tại Bodhgaya, tôi đã gặp tịnh viện trưởng

Sakya là Sangye Tenzin. Ông ta nói với tôi rằng ông ta đã nhận được sự giáo dục về *Những Cấp Bộ của Sự Thiền* từ một lama già thuộc vùng Kham là người Lhasa trên đường hành hương. Sau đó, tôi đã nghĩ rằng bởi vì Khunnu Lama Rinpoche cũng đã nhận được sự giáo huấn từ Kham, dòng tu sẽ giống nhau. Tôi nghĩ rằng nó sẽ tốt để nhận được sự giáo dục.

Trước đây khi tôi tới gia nhập vào những bản văn mới, tôi sẽ tìm sự cố vấn của Yongzin Rinpoche. Lúc bấy giờ ông ta đã qua đời. Vào lúc đó, thượng tọa Gen Nyima cũng ở tại Bodhgaya. Cho nên tôi nói với ông ta về hoàn cảnh này và hỏi ý kiến của ông ta. Ông ta nói đó là một ý kiến tốt. Trong cách này tôi đã nhận được sự luân chuyển giáo huấn từ tu viện trưởng Sakya là Sangye Tenzin. Tôi cảm thấy rất hạnh phúc và may mắn, và điều đó tự động giải thoát tôi ra khỏi những cảm giác hối tiếc. viện trưởng tu viện Sakya này khá nổi tiếng và ông đã từng là một vị thầy đáng kính tại dòng Sakya chính nó. Ngày nay ông ta đang ở vào lứa tuổi tám mươi. Hình như không có lời bình luận nào được viết thành văn về bài này; ít nhất là tôi không hề thấy một điều gì về nó. Những phần trích dẫn quí giá của Tsongkhapa từ bài văn đó có nhiều trong tập *Những Cấp Bộ Lớn của Đường Đi (Great Stages of the Path)*, cho nên tôi nghĩ thật thích đáng nếu tôi phụ diễn vào bằng những lời bình luận của tôi trong đó.

Kamalashila đã thực hiện một việc làm tuyệt vời cho chế độ của Buddha. Với một nguyên động lực tốt và cương quyết, ông ta thiết lập một nền tảng hoàn hảo cho việc giảng dạy của Buddha trong suốt thời gian ông sống tại Tây Tạng. Vua tôn giáo Tây Tạng là Trisong Detsen đã mời Acharya Shantarakshita và sư tổ Rinpoche Padmasambhava. Ba vĩ nhân này cực tuyệt đối xử tốt với Vùng Đất Đầy Tuyết Tây Tạng. Chính vì xuyên qua sự phối hợp của họ mà một hình dạng hoàn hảo của Phật giáo bao gồm các nghi lễ, đều được thiết kế một cách thích đáng tại Tây Tạng. Acharya Shantarakshita đã thấy sự khả thi của việc hiểu lầm và in nhầm về triết lý, và vì vậy ông ta đã để lại những huấn thị để mời Kamalashila khi một cơ hội như vậy có được. Lịch sử tiết lộ rằng đây là những lý do Kamalashila được mời vào Tây Tạng và viết thành tập *Những Cấp Bộ của Sự Thiền*. Tại phần cuối của chương đầu, tác giả nói rằng ông ta viết bài này theo lời yêu cầu của Vua Trisong Detsen.

Vì sự lợi ích của người dân Tây Tạng và để thiết lập chế độ Buddha giữa lòng đất họ, vĩ nhân Kamalashila đã rất tốt lòng đến Tây Tạng. Ba phần của *Những Cấp Bộ của Sự Thiền* được viết bằng tiếng Tây Tạng và tiếng Trung Hoa Hvshang đã trở nên là môi trường cho việc viết lách. Nội dung triết lý của ông ta là một vấn đề, nhưng sự phiên dịch tiếng Trung Hoa Hvshang về quan điểm Phật giáo là một sự sai lầm rõ rệt. Acharya Kamalashila đã viết tập sách này để chiếm trước sự tiến hành của những quan điểm sai lầm ấy. Điều mà chúng ta có thể ghi chú ở đây là những vĩ nhân vào thời đại ấy đã phô diễn nhiều sức mạnh về tính học giả và đạo đức. Họ đã xử dụng ngôn ngữ rất được tinh lọc trong khi bẻ gãy những quan điểm sai lầm và đã không nhắm vào những sự đối địch như là những cá nhân. Điều họ thật sự hành động là tạo thành một sự trình diễn rõ ràng và sáng chói về quan điểm triết lý căn bản, sự thiền, và sự dẫn giải như đã được dạy bởi Buddha. Trong kiểu cách ấy, chế độ Buddha đã chiếu sáng ngời những quan điểm sai lầm và tiểu nhân, là điều tự từ chối bởi chính chúng nó. Vì vậy bản văn quí hóa này có một sự nối liền về tiền kiếp, đặc biệt với Tây Tạng, Vùng Đất của Tuyết Trắng.

Thật là hiển nhiên rằng tác giả Kamalashila thật là vô lượng từ tâm với người dân Tây Tạng. Nhưng lịch sử tiết lộ rằng người Tây Tạng đã làm một số sai lầm thay vì tỏ thái độ thích ứng. Có một số trường hợp ngẫu trùng không chính đáng đã xẩy ra. Bằng cách nhìn vào nó từ một góc cạnh khác, một điều gì đó giống như là nói bằng tiếng Tây Tạng, *"nơi nào có Dharma nở bông đơm trái, nơi đó ma quỉ hoạt động."* Vì cho các chủng viện thuộc tinh thần và tu viện tồn tại ở Tây Tạng, tổ sư Rinpoche đã ta5oi những điều kiện thuận tiện và đã ban phúc lành cho vùng tương cận. Ngay cả trong suốt một thời đại như vậy, có nhiều người nói nhiều điều không giúp ích lợi gì. Hình như nhiều lúc, ngay cả vị vua đã không chu toàn những sự ước muốn của tổ sư Rinpoche.

Thật đáng buồn để nhận những điều này. Lẽ dĩ nhiên, có nhiều cách thức khác để nhìn vào sự việc này. Các vị Phật Buddha và các vị Bồ Tát Hiện Thân Bodhisattvas không có lợi ích gì để làm cho việc bảo tồn sự lợi ích của chúng sinh. Quận chúa Avalokitshvara có một sự nối kết đặc biệt với Tây Tạng và đã thực hiện một công trình nhân d0a5o vĩ đại qua vô số lời tuyên bố. Chúng tôi người dân Tây Tạng, tuy nhiên, đương đầu với nhiều trở ngại không bao giờ chấm dứt ngay cả cho đến ngày nay. Vẫn thế chúng tôi phải không để mất con tim. Hoàn cảnh quốc tế thì lỏng như nước và thay đổi không ngừng. Có sự ủng hộ cho sự thật, và sự thật là quí hóa. Chúng tôi cho đến bây giờ đã có thể thiết lập những nền tảng thích đáng cho tương lai của chúng tôi. Chúng tôi tất cả sẽ làm việc cần mẫn để làm vun đầy những lợi ích cá nhân của chúng tôi cho cuộc đời này và những cuộc đời về sau, đóng góp sự chú ý ngang bằng cho lý tưởng chung. Chúng tôi tất cả được may mắn để học hỏi bài văn tuyệt diệu này. Nó sẽ là một sự khôn ngoan đối với phần của chúng tôi để học những sự hướng dẫn của nó và cố gắng để chuyển hóa cuộc đời của chúng tôi.

Trong khuôn khổ ý nghĩa về những giáo lý Phật giáo, sự sản xuất một thái độ dương tính rất quan trọng. Tôi khuyên quí vị hãy lắng nghe với một nguyên động lực toàn thể, nghĩ rằng "Tôi phải lắng nghe *Những Cấp Bộ của Sự Thiền* trung cấp này của Kamalashila để đạt được phật tính tối thượng vì chúng sinh bao la như khoảng rộng của không gian." Phẩm chất của mọi hành động của cơ thể, lời nói, và tinh thần thật sự tiên sơ được xác quyết bởi nguyên động lực. Vì vậy mọi hành động được thực hiện bởi một nguyên động lực dương tính mang đến niềm đạo đức và niềm hạnh phúc và trở thành nguyên nhân để đạt được Phật tính Buddhahood trong đường dài. Mặt khác, nếu một nguyên động lực tốt hoặc lành mạnh đang bị thiếu vắng, ngay cả những việc tu tập tinh thần một cách lộ diện chỉ có thể mang lại những hậu quả âm tính thay vì đạo đức. Bởi vì lằn vạch giữa chúng có thể rất mỏng manh một lúc nào đó, các cá nhân cần chú ý đặc biệt đối với khía cạnh này.

Trong bài văn này tác giả trình bày lối đi của cả hai bánh xe Hinayana và Mahayana. Ông ta trần thuyết tinh thần của tính thức tỉnh qui ước và sáu việc hoàn hảo ho1aq với sự nhấn mạnh đặc biệt vào việc bám trụ bình tĩnh và sự quán xuyến đặc biệt. Đối với quí vị mới đối với Phật giáo và không quen thuộc với cách thức và thủ tục tập luyện những lời chỉ giáo này nên cố gắng để tạo hình một sự hiểu biết dính chặt với bản văn này, bởi vì trên nền tảng của kiến thức này, quí vị sẽ có thể hiểu những bài luận văn khác không gặp khó khăn lớn. Tập văn này có thể giống như là một chìa khóa mở cửa vào trong tất cả những thánh thư Phật giáo chính khác.

CHƯƠNG 1

TINH THẦN LÀ GÌ?

Thật là vô khả thi để sự toàn thức được sản xuất mà không có nguyên nhân, bởi vì nếu như vậy mọi sự đều có thể toàn thức. Nếu sự vật được sản xuất mà không căn cứ vào một vật gì khác, chúng có thể tồn tại mà không bị giới hạn — không có lý do gì tại sao mọi vật không thể toàn thức. Vì vậy, bởi vì mọi sự vật có thể hoạt động trỗi dậy chỉ đôi lúc nào đó, chúng lệ thuộc hoàn toàn vào nguyên nhân của chúng. Sự toàn thức cũng vậy đều hiếm có bởi vì nó không luôn luôn xẩy ra tất cả mọi lúc, và mọi vật không thể nào trở thành toàn thức. Vì vậy, nó thuần túy tùy thuộc vào các nguyên nhân và điều kiện.

Theo bài văn này, có hai loại hiện tượng được tồn tại: một số tồn tại vĩnh viễn và một số khác chỉ tồn tại đôi lúc mà không nhắm vào một lúc khác. Điều gì là sự ám chỉ của loại thứ hai — tồn tại ở một lúc nào đó mà không tồn tại vào những lúc khác? Một câu hỏi như vậy thường xuyên xẩy ra. Sự ám chỉ này là những sự vật tạm thời tùy thuộc vào các nguyên nhân. Sự kiện một số sự kiện được sản xuất tại một số thời gian nào đó chứng tỏ sự tồn tại của các nguyên nhân.

Nói rằng một số sự vật chất được sản suất vào một lúc nào đó nhưng không phải vào những lúc nào khác chứng tỏ rằng chúng không được sản xuất ra một cách độc lập, nhưng đúng hơn là chúng tùy thuộc vào những điều kiện khác. Vì vậy, tất cả những hiện tượng được sản xuất vào một lúc nào đó nhưng không vào những lúc khác tùy thuộc vào các nguyên nhân và các điều kiện, và chúng có nhiều loại khác nhau. Các nguyên nhân có nhiều loại, chẳng hạn như nguyên nhân thiết yếu, nguyên nhân trực tiếp, nguyên nhân gián tiếp, nguyên nhân cùng ngang bằng trạng thái, nguyên nhân phát sinh đồng thời và v.v…Cũng tương tự, có nhiều loại khác nhau về điều kiện, giống như là điều kiện khách quan, điều kiện bất thường, điều kiện có nguyên nhân, điều kiện tức thì và v.v…Như vậy, những hiện tượng tùy thuộc vào nguyên nhân và điều kiện thay đổi theo thiên nhiên; nó không sống bám vào một một nơi và chúng không phải là vĩnh viễn.

Những hiện tượng có điều kiện theo đó có thể được xếp vào loại dưới ba hạng — hình thái, sự ý thức và không phải ở trong hai hạng này. Hình thái gồm những khía cạnh như hình thể, màu sắc và v.v…là điều có thể nhìn thấy được bằng con mắt và sờ mó được bởi bàn tay. Sự ý thức chẳng có hình thái cũng chẳng có màu sắc và không thể đo lường dưới mọi danh nghĩa nào, nhưng nó tồn tại trong bản tính thiên nhiên của nó và khả năng để cảm nhận và cảm giác. Thời gian, mặt khác, chẳng có hình thái cũng chẳng có sự ý thức và nó thuộc vào hạng thứ ba.

Trí khôn siêu việt toàn thức nói đến sự ý thức mà nó biết mọi sự việc. Sự toàn thức không phải là phẩm chất tìm thấy được trong đất màu mỡ, sỏi đá hoặc núi non. Nó được sản xuất bởi một vật gì đó mà phận sự của nó là biết các sự vật, và vì vậy nó không thể được sản xuất bới bất cứ một vật gì mà nó thiếu cái tài sản của sự biết. Lẽ dĩ nhiên, trạng thái của sự toàn thức là mục tiêu tối hậu vượt qua tất cả mọi sự hoàn hảo hóa, và là một trong ba thứ hạng của những hiện tượng có điều kiện nó thuộc vào hạng của sự ý thức. Việc biết hoặc hiểu là nhiệm vụ của ý thức tính. Thí dụ, khi chúng ta nói "tôi hiểu" hoặc "tôi thấy", và chúng ta có một kinh nghiệm hoặc sự cảm giác về một điều gì, cái kinh nghiệm được kích động bởi cái ý thức tính. Khi ý thức tính của con mắt thấy một hình thái vật chất, chúng ta nói "tôi thấy hình dáng thể chất", và khi ý thức tính của tinh thần kinh nghiệm sự hạnh phúc hoặc sự đau đớn, chúng ta nói "tôi hạnh phúc" hoặc "tôi bị đau." Như vậy, khi chúng ta nói "tôi kinh nghiệm", "tôi thấy" hoặc "tôi nghe" và v.v…, chính cái ý thức tính hành động như là một viên chức. Điều làm sở hữu chủ của cái nhiệm vụ của việc biết là cái ý thức tính.

Sự ý thức tính thay đổi theo quang cảnh của kiến thức và trong cái cường độ hoặc tính sắc bén của chúng. Một thí dụ rõ ràng là sự ý thức của một con người, được so sánh với sự ý thức của một con vật. Sự khái niệm của con người rộng nhiều hơn và nó hiểu một số lớn nhiều khác nhau hơn về các sự vật. Sự ý thức của con người thay đổi theo kinh nghiệm và sự giáo dục — càng nhiều giáo dục và càng nhiều kinh nghiệm, sự ý thức của quí vị càng rộng lớn hơn. Kiến thức và việc hiểu biết mở mang trên căn bản của một ý thức tính mà nó có khả năng nhận thức những vật chất của nó. Khi những điều kiện cần thiết của nó hội đủ, khả năng nhận thức của nó tăng lên, phạm trù của những vật thể của nó về kiến thức mở rộng hơn, và việc hiểu biết trở nên sâu đậm hơn. Trong thế cách này tinh thần có thể mở mang tiềm năng toàn diện của nó.

Sự toàn thức là sự hoàn thành, hoặc sự hoàn hảo hóa, của khả năng tinh thần để nhận thức các sự vật. Nó là toàn thức trong ý nghĩa rằng nó có thể biết mỗi hoặc từng sự việc mà không cần phải được kiến tạo bởi những sự khác nhau về thời gian và không gian. Trí khôn biết-tất-cả trỗi dậy từ ý thức tính và theo định nghĩa nó được sản xuất bởi nhiều nguyên nhân và nhiều điều kiện. Điều này ám chỉ rằng ngay cả trí khôn toàn thức không thể trỗi dậy mà không có các nguyên nhân của nó. Nếu điều này không đúng như vậy, và một tinh thần toàn thức có thể trỗi dậy mà không có nguyên nhân, nó sẽ ám chỉ rằng mọi sự ý thức đều toàn thức. Điều này như vậy bởi vì các sự vật được sản xuất mà không có nguyên nhân và điều kiện, hoặc chúng phải tồn tại luôn luôn hoặc nó phải hoàn toàn bất tồn tại. "Nếu các sự vật được sản xuất mà không nhờ vào các sự vật khác, chúng sẽ không chịu trách nhiệm để bị cản trở tại mỗi bất cứ nơi nào." Điều này muốn nói rằng nếu các sự vật được sản xuất mà không tùy thuộc vào các nguyên nhân và điều kiện khác, không có lý do hợp lý tại sao chúng phải được cản trở lại tại bất cứ một điểm nào. Do bởi sự việc rằng điều này không phải như vậy, thật là hợp lý rằng mọi sự vật không thể được biến hóa vào trong sự toàn thức mà nó có kiến thức của tất cả các hiện tượng. Vì những lý do này, như hiện tượng có hoạt động có thể được sản xuất tại một số thời điểm nào đó và không được sản xuất ở những thời điểm khác. Tại mỗi điểm của thời gian nào đó, khi những điều kiện thuận tiện đến và những điều kiện trái nghịch vắng mặt, một sự ý thức có thể được chuyển hóa vào trong sự toàn thức là sự ý thức có kiến thức về tất cả các hiện tượng.

Bởi vì các sự vật không được sản xuất tại tất cả mọi lúc và tại tất cả mọi nơi, nó ám chỉ rằng chúng tùy thuộc vào nhiều nguyên nhân và nhiều điều kiện. Trong khuôn khổ của sự lệ thuộc vào các nguyên nhân và các điều kiện, những ai khát khao cái trái cây cuối cùng của sự toàn thức phải sản xuất những nguyên nhân và những điều kiện — các nguyên nhân và các điều kiện đúng và hoàn toàn. Ngoài điều này ra, những người khao khát phải được thúc đẩy một cách cao độ trong việc đeo đuổi của họ. Vì vậy, người ta dạy rằng sự toàn thức lệ thuộc vào nhiều nguyên nhân và nhiều điều kiện.

Như đã được giải thích trong sách Yếu Lược về Kiến Thức (Compendium of Knowledge) và sự đối chiếu về các hiệu quả đã được sản xuất ra bởi nhiều nguyên nhân và nhiều điều kiện của chúng, những điều kiện này là điều kiện vững chắc, điều kiện vô thường, và điều kiện có tiềm năng. Điều được nói đến trước đây liên quan đến điều kiện vô thường. Khi chúng ta hỏi làm thế nào sự toàn thức có thể được sinh ra bởi sự ý thức, chúng ta đang nói đến điều kiện có tiềm năng của nó. Khả năng để biết về các sự vật là một phẩm chất bẩm sinh của ý thức tính. Cái bản chất thiên nhiên chính của ý thức tính là rằng nó rõ ràng và có ý thức. Nó trỗi dậy trong khía cạnh của vật thể mà nó cảm nhận biết được. Đặc tính này của sự nhận biết không phải là một điều gì mới được sáng tạo bởi những yếu tố khác.

Bây giờ câu hỏi là làm thế nào sự nhận biết có thể lớn lên và nới rộng ra đến một phạm trù vô hạn định. Khả năng để nhận biết các vật thể của nó là bẩm sinh đối với ý thức tính, nhưng có những sự vật làm cản trở tinh thần không co mở ra hướng đến tình trạng của kiến thức hoàn toàn. Câu hỏi kế đến là làm thế nào những chướng ngại vật ấy đến được. Chúng ta cần phải xem xét làm thế nào để những sự cản trở ấy có thể được tháo gỡ đi. Điều làm cản trở ý thức tính khỏi việc nhận biết vật thể của nó là sự bướng bỉnh mà nó là một sự nhận thức sai lầm của sự hiện hữu chân thật, cũng còn được nói đến như là một sự bướng bỉnh bám vào một sự cực đoan, cái cực đoan của sự đoan chắc.

Khi chúng ta nói đến tính bướng bỉnh, điều chúng ta muốn nói là tính ý thức hoặc thiếu một vài điều kiện thích hợp, hoặc một vài điều kiện trái nghịch cản trở nó không biết ý thức đến sự vật của nó. Trong số nhiều loại khác nhau về tính bướng bỉnh, sự hướng bỉnh của sự nhận thức sai lầm về sự tồn tại chân thật là cái rễ, sự bám víu sức mạnh, có thể tạm nói như vậy. Và sự bướng bỉnh này là trở ngại chính. Chúng ta cần phải đi đến sự kết luận xuyên qua sự phân tích rằng sự bướng bỉnh này là cái gì đó nà nó có thể được tháo gỡ và loại trừ nó đi. Những sự khiếm khuyết của tinh thần trỗi dậy phần chính do sự bướng bỉnh và tiềm năng ngầm của nó. Chúng ta cần phải điều tra và quyết định liệu tính bướng bỉnh có thể được tách rời khỏi tinh thần, và liệu tính bướng bỉnh có thể đi đến một sự chấm dứt. Tính bướng bỉnh trong khuôn khổ bài này không thuần túy có nghĩa là sự ngu đần, nhưng tính bướng bỉnh là một sự nhận thức sai lầm về sự hiện hữu chân thật. Nó là một tinh thần nhận thức một cách sai lầm và trái ngược về cái sự vật của nó. Vì vậy, bằng cách triển khai sự hiểu biết sai lầm thành như là một liều thuốc giải độc chúng ta có thể loại bỏ nó.

Cả hai tính bướng bỉnh là sự nhận thức sai lầm về sự tồn tại chân thật và liều thuốc giải độc của nó đều tùy vào các nguyên nhân và điều kiện của nó. Chúng giống nhau trong điểm rằng chúng lớn mạnh khi tiếp xúc với những điều kiện thuận tiện và nó ngừng tồn tại khi bị đương đầu với những yếu tố trái ngược. Chúng ta có thể hỏi, điều gì là sự khác biệt giữa hai thành phần này? Do bởi sự kiện là sự bướng bỉnh mà nó là một sự nhận thức sai lầm về sự tồn tại chân thậ là một tinh thần sai quấy đối với sự vật của nó (tức là điều mà nó thấy hay là túc từ theo văn phạm), nó không thể mở mang một cách vô hạn định. Sở dĩ như thế là vì nó không sự giúp đỡ hữu thực. Cái tinh thần này là sai, hoặc ngang ngược, trong ý nghĩa rằng cách thức nó ý niệm về sự vật trái nghịch với cách thức sự vật tồn tại (tức nhìn không đúng với sự thật như sự phơi bày của sự vật). Tinh thần nhận thức một cách vô tư là một phương thuốc giải độc, điều này có nghĩa cách thức nó nhận thức sự vật của nó phù hợp với cách thức sự vật thật sự tồn tại. Bởi vì nó không phải là một sự nhận thức sai quấy, nó có một căn bản hữu thực của sự giúp đỡ.

Như trước đây đã nói rằng sự bướng bỉnh là một sự nhận sai lầm về sự hiện hữu chân thật có thể đưa đến một sự chấm dứt. Điều này có như vậy bởi vì tinh thần bướng bỉnh không có sự ủng hộ rằng nó có một sự ý thức chính đáng hay hữu thực. Mặt khác, cái tinh thần mà nó nhận thức cái thiên tính vô tư của một sự vật thật sự có sự ủng hộ của sự nhận thức hữu thực đang hiện diện. Những cách thức hai tinh thần này nhận thức thiên tính vô ngã của một sự vật là một liều thuốc giải độc đầy sức mạnh chống lại tinh thần bướng bỉnh, và vì vậy tinh thần bướng bỉnh có thể bị chiến thắng. Điều này tương tự với cách thức trong đó mọi khía cạnh về sự khổ đau của con người có thể được làm giảm đi khi những phương pháp thích đáng được áp dụng để phản lại nó. CHính thật trong thiên nhiên của sự vật rằng tiềm năng của chúng bị giảm đi khi bị đương đầu với những yếu tố trái nghịch.

Tinh thần nhận thức thực trạng được liên tưởng đến như sự ý thức siêu việt và là một phẩm chất dương tính của tinh thần. Nó có sự ủng hộ của một sự ý thức hữu thực hiện diện. Chính vì thiên tính của tinh thần rằng quí vị làm nó quen thuộc với một phẩm chất dương tính nó có thể được mở mang một cách vô hạn định. Không giống như cái tinh thần, những phẩm chất dương tính của cơ thể không có phẩm chất có thể được nói rộng đến mức độ vô giới hạn. Sự kiện này do bởi một sự kiện đơn giản rằng cơ thể được kjeát tạo bởi những thành tố thô sơ, những đặc tính của một hình thái thô tục như vậy không có tiềm năng để nói rộng một cách vô hạn định.

Khi chúng ta nói rằng tinh thần bướng bỉnh là ngạo

ngược hay sai quấy, chúng ta đang nói đến cách thức nó nhận thức sai lầm thực trạng. Bây giờ những câu hỏi thích đáng là: Cái gì là thực trạng? Làm thế nào tinh thần này bị sai lầm về thực trạng? Và trong cách thức gì mà tinh thần này cảm nhận sai lầm về thực trạng? Thực trạng hay tính trống rỗng của sự tồn tại chân thật là một cái gì mà nó có thể được thiết lập nên một cách hợp lý. Có nhiều lý do sâu đậm, hoặc tuyệt hảo, để chứng minh tính trống rỗng của sự tồn tại có đầy tính di truyền, và chúng ta có thể thu đạt được sự quyết ý trong những lý do này. Mặt khác, không có cách thức hợp lý nào để chứng minh sự tồn tại chân thật. Sự tồn tại chân thật là những gì hình như xẩy ra đối với một sự ý thức không được huấn luyện, bình thường. Nhưng khi đi đến dưới sự truy cứu hợp lý, sự tồn tại chân thật không thể được tìm thấy. Ngay cả trong cuộc sống hàng ngày chúng ta thường tìm thấy những sự mâu thuẫn giữa cách thức một số sự vật xuất hiện thật sự khác với cách thức chúng xuất hiện để tồn tại. Ký hiệu này có thể được diễn tả một cách đơn giản: trong công việc trần tục, chúng ta nói về một người nào bị hạ nhục hoặc được giác tỉnh. Sự tỉnh mê trỗi dậy do sự khác biệt giữa cách thức mà hoàn cảnh xuất biện có vẻ như là chính nó và cách thức nó thật sự là chính nó.

Chúng ta hãy khảo nghiệm hoàn cảnh của chúng ta như là những con người. Được so sánh với loài vật, tinh thần của chúng ta đều có nhiều sức mạnh một cách bao la nhiều hơn. Chúng ta có khả năng để phân tích liệu có một thực trạng vượt qua cấp bộ của sự xuất hiện bề mặt, ở đó các loài vật chỉ đương đầu với những gì đang xẩy ra đối với chúng. Điều này rất rõ ràng, chỉ giống như những người khác nhau có những khả năng tinh thần khác nhau. Khi chúng ta khảo sát chúng ta một cách cận kề, nhiều tinh thần thường được hiểu như là những người tổ chức hữu thực thì những tinh thần này vẫn bị sai lầm trong một ý nghĩa sâu đậm hơn. Cách thức các hiện tượng thật sự tồn tại là cách thức khác hơn là cách thức nó xuất hiện đối với các tinh thần như thế. Chúng ta thường nhận thức thực trạng hoặc tính trống rỗng như là đang tồn tại khác với cách thức nó thật sự tồn tại. Sự nhận thức về các sự vật vô thường như các rặng núi hay nhà cửa không phù hợp với lối tồn tại thật sự của chúng. Một số trong những sự vật này đã tồn tại trong nhiều thế kỷ, ngay cả hàng ngàn năm. Và tinh thần của chúng ta nhận thức chúng chỉ theo cách như vậy — như kéo dài và vĩnh viễn, không thể vượt qua được sự thay đổi tạm thời. Ấy vậy mà khi chúng ta khảo sát những vi vật này trên một cấp bộ nguyên tử, chúng phân tán vào thời khắc; chúng đi trải qua sự thay đổi tạm thời. Khoa học cũng mô tả một mẫu thay đổi tương tự. Những vật chất này có vẻ cứng dắn,. bền, và sống lâu dài, nhưng trong thiên tính chân thật của chúng, chúng thay đổi liên tục, không giữ yên tĩnh ngay cả chỉ một giây lát.

CHƯƠNG 2

VIỆC HUẤN LUYỆN TINH THẦN

Thật là thiết yếu để nghiên cứu và thu hội một sự giáo dục. Việc huấn luyện cái tinh thần là một tiến trình của sự làm quen thuộc. Trong văn từ Phật giáo, sự làm quen, hoặc sự thiền, nói đến sự chuyển hóa dương tính về tinh thần, có nghĩa rằng nói đến sự loại bỏ những phẩm chất khiếm khuyết của nó và sự cải thiện những phẩm chất dương tính. Xuyên qu sự thiền chúng ta có thể huấn luyện tinh thần của chúng ta theo một cách thức mà những phẩm chất âm tính được bỏ rơi đi và những phẩm chất dương tính được sản xuất và được cải thiện. Trong tổng quát chúng ta nói về hai loại thiền: phân tích và thiền nhất-quán-điểm. Trước nhất sự vật của sự thiền được đưa qua một tiến trình trong đó một người lập đi lập lại để thu đạt tính quen thuộc với vật chất có cốt ý. Khi người tuy luyện đã thu đạt được nhiều sự chắc chắn về vật chất của việc thiền, tinh thần được làm để tập trung vào nó mà không có sự phân tích nào khác. Sự hỗn hợp của sự thiền phân tích và sự thiền chú tâm là một kỹ thuật hữu hiệu để làm quen tinh thần với sự vật của sự thiền, và vì vậy nó giúp cho việc huấn luyện tinh thần một cách thích đáng.

Chúng ta phải nhận diện hóa sự quan trọng của việc huấn luyện tinh thần. Nó đến từ một sự kiện căn bản rằng mỗi và mọi người trpong chúng ta đều ước muốn một cách theo bẩm sinh để có hạnh phúc và không muốn có sự khổ đau nào. Đây là những tính chất của con người theo thiên nhiên tính mà chúng không buộc phải chế tạo ra. Sự ước muốn này không sai quấy. Câu hỏi là làm thế nào để chúng ta thành đạt được những điều trong việc nhận thức hóa niềm hạnh phúc và từ bỏ sự khổ đau? Mục đích căn bản của việc giáo dục, thí dụ, là để đạt được hạnh phúc và tránh điều khổ đau. Nhiều cá nhân tranh đấu xuyên qua tiến trình giáo dục để họ có thể thưởng thức một cuộc đời đầy thành công và đầy ý nghĩa. Với sự giáo dục, chúng ta có thể làm gia tăng niềm hạnh phúc và làm giảm sự khổ đau. Sự giáo dục có nhiều hình thái, hơn bao giờ hết, ta61tca3 những hình thái đó cần thiết được dự định để giúp huấn luyện và điều khiển cái tinh thần. Tinh thần có sức mạnh hơn lên trên cơ thể và lời nói, và vì vậy mọi sự huấn luyện về cơ thể và lời nói phải bắt đầu bằng cái tinh thần. Nói một cách khác, để cho bất cứ một sự huấn luyện về thể chất và khẩu lợi có thể xảy ra, trước nhất phải có một nguyên động lực thúc đẩy. Cái tinh thần thấy những sự lợi ích của một việc huấn luyện như vậy và sản xuất ra sự chú ý thích thú về nó.Mục đích của việc huấn luyện cái tinh thần là để làm cho cuộc đời của chúng ta đáng sống. Xuyên qua tiến trình huấn luyện cái tinh thần này chúng ta học hỏi nhiều sự việc mới, và chúng ta còn có thể khám phá và nhận diện nhiều sự khiếm khuyết hoặc nhiều sự việc mà chúng có thể được loại bỏ hoặc được sửa sai. Bây giờ sứ mạng của chúng phải đương đầu là khám phá các phương tiện và phương pháp mà chúng có thể giúp chúng ta loại bỏ những gì sai quấy và cấu tạo những điều kiện thuận lợi cho việc chuyển hóa tinh thần của chúng ta. Trong tiến trình này, chúng ta còn có thể từ bỏ những yếu tố làm cho chúng ta đau khổ. Như vậy, xuyên qua sự giáo dục, chúng ta nhắm mục đích để làm cho những cuộc đời của chúng ta được hạnh phúc và có giá trị.

Khi chúng ta nhìn vào những cuộc đời của chúng ta trong khuôn khổ của một xã hội, sự gailo dục có một vai trò sinh tử để đảm trách. Làm thế nào và chúng ta đi xa bao nhiêu trong mỗi hoàn cản tùy thuộc vào việc hướng dẫn cơ thể, lời nói, và tinh thần của chúng ta. Bởi vì tinh thần là chủ nhân ông, một tinh thần có kỷ luật là cần thiết. Niềm hạnh phúc hay sự buồn khổ trong đời sống tùy vào sức mạnh hay sự thông minh của tinh thần. Và làm thế nào để những kinh nghiệm này tạo ảnh hưởng trong những cuộc đời của chúng ta cũng tùy thuộc vào tinh thần của chúng ta. Sự cư xử của cơ thể, lời nói, và tinh thần bây giờ cũng có thể quyết định trạng thái sự hiện hữu của chúng ta trong tương lai. Cuối cùng việc này tùy thuộc vào sự đóng vai về của tinh thần của chúng ta. Khi chúng ta xử dụng sai tiềm năng tinh thần của chúng ta, chúng ta làm một lỗi lầm và chịu đựng những hậu quả bất hạnh. Mặt khác, khi tiềm năng của tinh thần được thắng yên cương ngựa một cách khéo léo, chúng ta nhận được những kết quả lý thú và dương tính. Tình trạng tinh thần của chúng ta và làm thế nào để tinh thần của chúng ta nhận thức các sự việc khác nhau có ảnh hưởng rất lớn vào chúng ta. Bởi vì do sự kiểm soát mà họ có được lên trên tinh thần của họ, một số nhiều người ít bị quấy rối do bởi sự thất bại hoặc những trường hợp trái nghịch. Đây là một thí dụ rõ ràng tại sao việc thuần thục hóa, hoặc huấn luyện, tinh thần rất quan trọng.

Nhận được sự quan trọng của việc huấn luyện tinh thần, chúng ta có thể thắc mắc cái gì là tinh thần. Nếu quí vị hỏi họ, hầu hết mọi người đáp lại bằng cách gãi đầu của họ và rồi chỉ vào não bộ của họ. Điều này một phần đúng, bởi vì chúng ta đang nói một cách đặc biệt về tinh thần của con người. Tinh thần của con người không có một sự tồn tại nào độc lập với cơ thể của con người. Sự ý thức có một sự liên hệ đặc biệt với cơ thể của con người nghĩ đến như là một ý thức tính của con người.Và ý thức tính có một sự liên hệ đặc biệt với cơ thể của loài vật thì được nghĩ đến như là ý thức tính của loài vật. Tinh thần của con người, hoặc ý thức tính, chúng ta đang nói về nó thật sự bao gồm một số khổng lồ nhiều ý thức tính, một số sâu đậm tinh túy và một số thô sơ. Nhiều loại thô sơ khác được nối vào một giác quan như con mắt, và nhiều trong số của chúng nhất định được nối vào não bộ. Thật hiển nhiên rằng những nền tảng ngoại lai này, hoặc những yếu tố, đều thiết yếu cho ý thức tính trỗi dậy. Nhưng nguyên nhân chính của bất cứ một ý thức tính (sự ý thức) nào là giây phút tiến tới trước của sự ý thức, bản chất thiên nhiên của nó là trong sáng và giác tỉnh. Điều này được nghĩ đến như là điều kiện trung gian.

Tập *Bốn Trăm Câu Kệ* (*Four Hundred Verses*) của Aryadeva đề cập đến nhu cầu hữu lý rằng một nguyên nhân cội rỗ củ áy thức tính phải có khả năng để chuyển hóa và có một thiên nhiên tính của sự trong sáng và sự tỉnh giác. Nếu không, ý thức tính sẽ không bao giờ được sản xuất tại mọi thời gian,m đó là điều một cách hiển nhiên không thể chấp nhận được. Sự ảnh hưởng chấn động của một hành động được để lại trên sự ý thức tinh thần của chúng ta, và như là một kết quả chúng ta có thể gợi nhớ lại kinh nghiệm này sau một tháng hoặc một năm, hoặc ngay cả mười năm hoặc nhiều hơn. Đây là những gì được biết như là việc thức tỉnh của một tiềm năng ngấm ngầm. Tiềm năng này đã được chuyển qua liên tục xuyên qua tính liên tục của sự ý thức, và khi những điều kiện cần thiết đi đến trong việc đóng vai trò vào,dấu tích in ấn ngấm ngầm trong quá khứ tiến đến trên mặt diện. Như vậy, chúng ta đang nói đến việc tỉnh dậy của những dấu tích in ấn ngấm ngầm từ nhiều cuộc đời từ trước.Tuy nhiên, sự liên hệ của tinh thần đến não bộ không có thể mô tả một cách đầy đủ những khía cạnh thâm sâu của tiềm năng ngấm ngầm này. Việc hiểu biết ký hiệu này về tiềm năng ngấm ngầm có thể giúp chúng ta thu đạt được một số thưởng ngoạn về cuộc đời và sự tạo hình và sự phân rã của vũ trụ. Nó cũng có thể trả lời một số nghi ngờ liên quan đến tư tưởng con người, sự dị đoan và những sự phóng chiếu khác của tinh thần.

Triết lý Phật giáo một cách rõ ràng mô tả những sự hướng dẫn và những phương pháp theo đó nó có thể đạt được tinh thần toàn thức, phẩm chất cao nhất của tinh thần đại diện cho sự hoàn thành đầy đủ về tiềm năng và sức mạnh của nó. Để nhận thức hóa trái quả cuối cùng của tinh thần toàn thức, chúng ta cần huấn luyện trong những nguyên nhân đúng và hoàn toàn đầy đủ của nó. Chúng ta cũng phải bảo đảm rằng chúng ta duy trì thứ tự thích hợp của việc huấn luyện. Đây là những bài văn nói:

Còn từ giữa những nguyên nhân và điều kiện, người phải triển khai những nguyên nhân đúng và đầy đủ. Nếu người để nguyên nhân sai vào trong sự tập luyện, ngay cả việc người làm dữ dội trong một thời gian dài, mục đích mong muốn không thể được thực hiện. Nó giống như vắt sữa từ một cái sừng (của con bò). Cũng giống vậy, kết quả sẽ không được sản xuất khi tất các nguyên nhân được đem vào trong sự hiệu quả. Thí dụ, nếu cái hạt hoặc bất cứ một nguyên nhân nào khác bị thiếu vắng, thì cái kết quả, một loại giá non và v.v... sẽ không được sản xuất. Vì vậ, đối với những ai ước muốn một kết quả đặc biệt nào đó phải triển khai các nguyên nhân và điều kiện sai lầm và đầy đủ.

Ngoài việc ráp nối những nguyên nhân đúng và đầy đủ, thật cần thiết để huấn luyện theo một thứ tự đúng về các nguyên nhân của tinh thần để mở rộng và trở thành toàn thức.

Thí dụ, để chuẩn bị một bữa ăn ngon lành, chỉ có sự sưu tập tất cả những gia vị cần thiết không đủ. Chúng ta cần phải biết làm thế nào để ráp nối những gia vị khác nhau như dầu, gia vị cay, và v.v… để thực hiện cái vị ước muốn.

Nếu người hỏi, "những cái gì là các nguyên nhân và các điều kiên của cái trái quả cuối cùng của sự toàn thức?" Tôi, là kẻ giống như một người mù, có thể không ở trong một địa vị để giải thích (chính tôi), nhưng tôi sẽ tận dụng những lời nói của ngài Buddha giống như khi ngài đã nói chúng lên cho những môn đồ của ngài sau sự giác ngộ của ngài. Ngài nói "Vajrapani, Quận chúa của Những Điều Bí Mật, sự khôn ngoan siêu việt của sự toàn thức có cái rễ của nó trong lòng từ bi, và nó trỗi dậy từ một nguyên nhân — tư tưởng vị tha, tinh thần tỉnh ngộ của tính giác ngộ bodhichitta, và sự hoàn hảo hóa của phương tiện khéo léo." Vì vậy, nếu người muốn thực hiện sự toàn thức người cần phải tập luyện ba điều này: lòng từ bi, tinh thần thức tỉnh của tính giác ngộ bodhichitta, và phương tiện khéo léo.

Ở đây, Kamalashila nói đến những lời nói của ngài Buddha và thiết lập những nguyên nhân và phương tiện đúng để thực hiện tính toàn thức. Ông ta nói rằng những ái muốn đạt được sự toàn thức phải tập luyện tính thức tỉnh giác ngộ bodhichitta, là điều được đặt nền tảng trên lòng từ bi. Sự tập luyện phải được ủng hộ bởi sa1usu75 hoàn hảo hóa, với sự nhấn mạnh đặc biệt vào sự liên kết của sự thiền bám trụ bình tĩnh và sự nhìn thông suốt đặc biệt. Vì vậy, nhiều khía cạnh của tập luyện được biết đến như là phương pháp và sự khôn ngoàn phải được nhìn thấy như là sự bổ túc nhiều lắm mà chúng được xem là bất khả phân ly. Điều này cũng ám chỉ rằng lòng từ bi là cội rễ của chế độ của ngài Buddha, và cho rằng toàn thể bộ phận giáo lý được chứa đựng trong cả hai bánh xe lớn hơn và nhỏ hơn đều được đặt nền tảng trên lòng từ bi.

CHƯƠNG 3

LÒNG TỪ BI

Được cảm xúc bởi lòng từ bi, những vị bồ tát trần thế Bodhisattvas nhận lời thề nguyện để giải thoát mọi chúng sinh.

Lòng từ bi là thiết yếu trong cấp bộ ban sơ, trong giai đoạn trung cấp, và trong giai đoạn cuối cùng của việc mở mang tinh thần. Theo sự dạy dỗ phổ thông này, các vị Bồ Tát Đạo Bodhisattvas, những sinh linh vĩ đại là những người được kích thích và xúc động một cách mạnh mẽ bởi lòng từ bi, tuyên thệ để đạt được trạng thái của sự toàn thức cho niềm hạnh phúc của mọi chúng sinh. Sự quyết ý này là sự tỉnh thức của tinh thần giác ngộ bodhichitta, là một tư tưởng vị tha, được rút tỉa từ lòng từ bi.

Rồi bằng cách vượt qua cái nhìn hướng ngoại có tính cách vị kỷ, họ tham dự vào một cách nhiệt tình và một cách liên tục trong những sự tập luyện rất khó khăn về việc lãnh hội thu nạp chồng chất cái công trình và sự nhìn thông suốt.

Do bởi sức mạnh của việc sản xuất tinh thần thức tỉnh của tính giác ngộ bodhichitta, bỏ trải qua sự huấn luyện của các vị Bồ Tát Bodhisattvas, nó bao gồm việc mở mang sáu sự hoàn hảo hóa, không một lời thắc mắc làm thế nào nó phải có để làm thỏa mãn nó. Như là một kết quả họ dần dần có thể thu góp chồng chất công trình rộng lớn và sự nhìn thông suốt không cần nhiều sự cố gắng.

Đã đi vào trong việc tập luyện này, họ sẽ chắc chắn thành đạt sự thu góp công trình và sự nhìn thông suốt. Việc hoạnh đạt được sự chồng chất công trình và sự nhìn thông suốt giống như có sự toàn thức chính nó trong lòng của bàn tay của người. Vì vậy, người nên làm quen thuộc với sự tập luyện này từ buổi ban đầu.

Ở đây tác giả nói rằng lòng từ bi chỉ là cái rễ, hoặc nền tảng, của sự toàn thức. Tiếng "chỉ" nhấn mạnh rằng lòng từ bi là một nguyên nhân cần thiết của sự toàn thức, nhưng không loại trừ các nguyên nhân và các điều kiện khác. Nó nhấn mạnh vào điều rằng lòng từ bi là một nguyên nhân cần thiết bởi vì sự toàn thức không thể thực hiện được nếu không có lòng từ bi. Nếu lòng từ bi một mình là đủ, thì sự phát ngôn lúc trước về sự cần thiết để huấn luyện về lòng từ bi, tinh thần tỉnh giác của tính giác ngộ bodhichitta, và phương tiện khéo léo sẽ bị mâu thuẫn.

Sách Yếu Lược về Dharma Hoàn Hảo đọc là, "Kính lạy Buddha, một vị Bồ Tát không nên tu luyện nhiều sự tu tập. Nếu một vị Bồ Tát bám vmoät cách thích hợp vào một luật Dharma và học hỏi có một cách hoàn hảo, vị ấy có tất cả những phẩm chất của Buddha trong lòng bàn tay của vị ấy. Và, nếu người hỏi cái gì là một luật của Dharma, ấy chính là lòng từ bi."

Ở đây, ngàu Budda mạnh mẽ nhấn mạnh tính cách quan trọng của lòng từ bi. Chính vì trên nền tảng của lòng từ bi mà tinh thần tỉnh giác của tính giác ngộ bodhichitta được sản xuất, và cá nhân tham dự vào trong những việc làm của vị Bồ Tát

Bhodichitta và vì vậy đạt được sự giác ngộ. Cái hệ luận của luận đề là rằng không có lòng từ bi, quí vị không thể sản xuất tinh thần tỉnh giác tối thượng của tỉnh giác ngộ bodhichitta mà nó phong phú hóa tha nhân nhiều hơn là chính quí vị. Thiếu vắng thái độ vị tha nó thật vô khả thi để tập luyện những việc làm của Mahaya của những vị Bồ Tát Bodhisttvas chẳng hạn như là sáu sự hoàn hảo hóa. Và không tuân theo thủ tục này, quí vị không thể thực hiện được trạng thái toàn thức của Phật tính. Đây là lý do tại sao lòng từ bi rất quan trọng.

Các ngài Budhas đã hoàn thành được tất cả những mục tiêu của họ, nhưng vẫn còn duy trì trong chu kỳ của sự tồn tại cho mãi tới khi nào các sinh linh vẫn còn. Điều này như vậy là bởi họ có lòng từ bi vĩ đại. Họ cũng không đi vào trong chỗ cực lạc một cách bao la của niết bàn nirvana giống như Những Người Lắng Nghe. Việc xem lợi ích của chúng sinh trước nhất, họ từ bỏ nơi trú ẩn thanh bình của niết bàn nirvana như là một căn nhà đang cháy lửa bỏng như sắt nóng. Vì vậ, lòng từ bi vĩ đại một mình nó là nguyên nhân không thể tránh được của niết bàn nirvana không-bám-trụ của ngài Buddha.

Lòng từ bi được ca ngợi trất cao trong nhiều bài khái luận, và sự lợi ích của nó không thể bị quá nhấn mạnh đến. Chandrakirti đã đóng góp nhiều vào lòng từ bi, nói rằng nó cần thiết trong buổi sơ khởi, cấp trung bộ, v2 cấp bộ cuối cùng của con đường tiến đến sự giác ngộ.

Khởi đầu, tinh thần tỉnh giác của tính giác ngộ bodhichitta được sinh ra với lòng từ bi như là cái rễ, hoặc căn bản. Sự tập luyện sáu sự hoàn hảo hóa và nhiều điều kiện khác là cần thiết nếu một vị Bồ Tát phải đạt cho được mục đích cuối cùng. Trong cấp trung bộ, lòng từ bi cũng thích đáng ngang bằng. Ngay cả sau sự giác ngộ, chính lòng từ bi thôi thúc các vị Phật Buddhas không bám trụ vào trạng thái cực lạc của niết bàn nirvana đầy thỏa mãn. Nó là lực kích thích giúp các vị Phật Buddhas đi vào trong niết bàn nirvana không bám trụ và thực tế hóa Sự Thật Thể Chất, là điều đại diện cho sự thỏa mãn về mục đích của chính quí vị, và Hình Thái Thể Chất, là điều đại diện cho sự thỏa mãn về các nhu cầu của tha nhân. Như vậy,y, do bởi sức mạnh của lòng từ bi, các vị Phật Buddhas phục vụ lợi ích cho chúng sinh không có sự gián đoạn mãi đến khi nào không gian tồn tại. Điều này cho thấy rằng tinh thần tỉnh giác của tính giác ngộ bodhichitta vẫn còn thiết yếu ngay cả sau khi thực hiện được định mệnh cuối cùng.Sự đối chiếu của Kamalashila về một bài khái luận khác của Chandrakirti hỗ trợ cho tính hữu thực của luận đề này và còn có lợi điểm về việc giúp vào để thuyết phục khán giả.

THông thường, trong truyền thống Phật giáo, những quan niệm triết lý không phải được chứng minh bởi thẩm quyền của thánh thư một mình. Thực tế, các cá nhân phải tin cậy một cách chính yếu vào luận lý và sự lý luận để đạt niềm tin và sự chí nguyện trong triết lý. Các sự vật của kiến thức có thể được xếp loại một cách rộng rãi như là những hiện tượng hiển nhiên, những hiện tượng bị che giấu một phần, và những hiện tượng hoàn toàn bị che giấu. Không có nhu cầu dùng luận lý để chứng minh sự tồn tại của những hiện tượng hiển nhiên. Chúng ta có thể kinh nghiệm và hiểu chúng một cách trực tiếp và vì vậy chấp nhận sự tồn tại của chúng. Bởi vì những hiện tượng bị che giấu một phần không thể nào được biết chắc chắn qua sự kinh nghiệm trực tiếp, chúng cần phải được cấu tạo nên bằng cách áp dụng luận lý. Nhiều hệ phái lý luận có thể cần thiết để thực hiện được mục đích này. Sự vật của việc phân tích rồi được thông hiểu bởi sự ý thức có đối chiếu được đặt căn bản vào kinh nghiệm. Đối với những người mà sự hiểu biết của họ thuộc vào cấp bộ khởi thủy của việc mở mang không thể nào khả dĩ khảo nghiệm những hiện tượng bị che giấu một cách hoàn toàn xuyên qua khoa luận lý học. Những hiện tượng như vậy cũng khó có thể được tạo dựng lên trong sự liên hệ với kinh nghiệm. Đây là nơi chúng ta phải tin cậy vào thẩm quyền hữu thực của thánh thư.

Sự tín nhiệm, hoặc thẩm quyền, của các bài dạy về thành thư cần được thiết lập trước tiên. Cũng thế, tính hữu thực, hoặc uy tín, của vị thầy đã cho những bài dạy như vậy phải được chứng minh. Thẩm quyền của thánh thư phải có thể đương đầu một sự phân tích ba cấp — những bài dạy đó liên quan đến những hiện tượng hiển nhiên không bị mâu thuẫn bởi sự cảm nhận trực tiếp; những bài dạy liên quan những hiện tượng mờ ám một phần không được mâu thuẫn với sự ý thức có đối chiếu; và rằng những bài dạy của nó liên quan những hiện tượng rất mờ ám không được mâu thuẫn với sự ý thức có đối chiếu được đặt căn bản vào niềm tin. Tính hữu thực của thẩm quyền về thánh thư cuối cùng phải được trắc nghiệm bởi việc lý luận hợp lý.

Như đã được dạy rằng những bài dạy đều chân thật, hoặc hữu thực, trong sự liên hệ với ý nghĩa chính, hoặc mục đích chính, tính hữu thực của chúng liên quan đến những mục đích khác có thể được hiểu bằng cách đối chiếu. Mục đích của chúng ta là trạng thái của tính tốt phải được xác định (niết bàn nirvana và sự toàn thức), trong khi sự tái sinh thích đáng như một con người hay vị thần là một mục đích thông thường. Cho nên khi những bài dạy đề nghị tiến trình để nhận thức hóa tính tốt có xác định không được tìm thấy là sai dưới sự khảo hạch hợp lý, nó không thể khả thi một cách đơn thuần để làm cho chúng bị sai lầm đối với mục đích thông thường. Chính nó chỉ là một ý nghĩa thông thường rằng khi một vật gì là đúng với những khía cạnh khó khăn của một câu hỏi, tính đúng hiện thực của nó liên quan đến những vật chất đơn giản vượt ra ngoài sự nghi ngờ.

Hơn thế nữa, vị thầy ban bố những bài dạy này là người được vinh danh và có thể tin cậy vào. Là người nhận được sự nhận thức hóa xuyên qua sức mạnh của việc tu tập lòng từ bi của họ, họ là người được thật sự kích động để làm lợi cho chúng sinh. Do bởi sức mạnh của lòng từ bi, vị ấy đã ban cho những bài dạy để trình bày lớp học về con đường đã giúp cho họ loại trừ những chướng ngại vật và xuyên vượt đến trạng thái của sự hoàn hảo cao nhất. Ngài Buddha đã dạy trong ánh sáng với chính kinh nghiệm của ngài, và bởi vì ngài đã có sự nhận thức hóa trực tiếp về thực trạng tối hậu mà ngài đã cực tuyệt hữu hiệu trong việc tiết lộ sự thật. Sự phục vụ của ngài vô điều kiện và không mệt mỏi, và ngài đã chuẩn bị để làm việc trong sự lợi ích của chúng sinh trong nhiều khoảng thời gian dài không màng nghĩ đến thiên nhiên tính của việc làm có liên hệ đến. Việc thấu hiểu và phản ảnh về những điểm này sẽ giúp chúng ta đạt được sự quyết ý trong tính hữu thực của những bài dạy của ngài.

Vì những lý do này, người ta nói rằng thật là khôn ngoan để ngâm lên một bài dạy đầy nội dung nào đó để thực tế hóa một luận đề hay một sự tu tập. Một tiến trình như vậy có một mục đích vĩ đại — nó xua đuổi nhiều sự nghi ngờ không cần thiết và nó in ấn vào những sự nhìn thấy thông suốt mới.

CHƯƠNG 4

VIỆC MỞ MANG TÍNH TRẦM TĨNH CỘI RỄ CỦA LÒNG TỐT THƯƠNG NGƯỜI

Lòng từ bi là một trong những nguyên nhân chính cho việc nhận thức hóa trạng thái toàn thức. Nó quan trọng vào lúc bắt đầu của việc tu tập, trong suốt cuộc tập luyện, và ngay cả sau khi nhận thức hóa những kết quả về sự cố gắng tinh thần của chúng ta. Bây giờ câu hỏi là: Làm thế nào chúng ta phải thiền về nó?

Cách thức để thiền về lòng từ bi sẽ được dạy từ phần ngoài. Hãy bắt đầu bằng việc thiền về tính trầm tĩnh. Hãy cố gắng để thực tế hóa tính vô tư hướng về tất cả chúng sinh bằng cách loại bỏ sự hệ lụy và sự hận thù.

Lòng từ bi là một tinh thần chú tâm vào chúng sinh đang đau khổ và ước mong họ được tự do khỏi sự đau khổ. Lòng từ bi có thể gồm ba loại, tùy vào sự khôn ngoan tháp tùng nó. Ba loại này là: lòng từ bi nhắm vào chúng sinh, lòng từ bi nhắm vào các hiện tượng, và lòng từ bi nhắm vào điều không thể chấp nhận được. Tất cả những loại này đều giống nhau trong những tinh thần hiện hữu một cách nhiệt tình ước muốn chúng sinh được tự do khỏi sự đau khổ của họ. Chúng được phân biệt không phải vì ý nghĩa về khía cạnh của chúng, nhưng trong ý nghĩa của sự vật được nhắm vào, bởi cả ba loại có cùng một khía cạnh giống nhau về việc ước muốn chúng sinh được tách rời khỏi sự khổ đau. Lòng từ bi nhắm vào chúng sinh được gọi như vậy bởi vì nó nhắm thuần túy vào chúng sinh không phân chia những tính chất của sự vô thường hoặc trống rỗng hiện hữu về sự tồn tại có di truyền. Lòng từ bi nhắm vào các hiện tượng nói về lòng từ bi mà nó không những chỉ nhắm vào chúng sinh, nhưng còn nhắm vào những sinh linh được phân loại bởi tính vô thường. Cũng như thế, lòng từ bi nhắm vào điều không thể chấp nhận được nói đến lòng từ bi mà nó nhắm vào những chúng sinh được phân loại bởi tính không thể chấp nhận được, hoặc thiếu sự tồn tại có di truyền của chúng.

Khi chúng ta nhìn vào nó từ một góc cạnh khác, công trình của việc sản xuất một tư tưởng có lòng nhân đạo là hiển nhiên. Điều này đúng dù quí vị tin vào một tôn giáo đặc biệt hay không. Tính tốt phổ quát của một người có sự liên hệ trực tiếp với sức mạnh, hoặc phẩm chất, của những tư tưởng có lòng nhân đạo mà người ấy sản xuất. Một người có lòng tốt tìm thấy một số nhiều người ngưỡng mộ, và họ cảm thấy gần gũi với một người như vậy. Chúng ta có thể quan sát hiện tượng này ngay cả trong loài vật. Các loài vật phô trương niềm vui và sự thú vị khi chúng thấy những người tốt với chúng. Và chúng thưởng thức được gần xung quanh với một người như vậy. Trái nghịch lại, những người háo chiến hung hăng và giữ những sáng tác ma quỉ được xem với sự đa nghi ngay cả bởi loài vật và chim chóc. Các loài vật và chim chóc chạy tránh xa khi chúng nghe giọng nói của họ hoặc ngay cả bước đi của họ. Vì vậy, một nguyên động lực tốt hoặc một trái tim nhân đạo là một phẩm chất có giá trị tuyệt đối.

Những người sở hữu chủ lòng từ bi dễ gây cảm tình đối với tất cả mọi người và thiên nhiên tính làm hài lòng của họ hấp dẫn các bạn bè của họ khắp mọi nơi. Thật dễ dàng quan sát sự lôi cuốn về nguyên động lực có lòng từ bi khi chúng ta chú ý ngay cả người xa lạ cũng lấy làm thú vị kết thân với họ. Chúng ta hãy lấy một vài thí dụ đơn giản biểu lộ một cách rõ ràng ý nghĩa của lòng tốt nhân đạo. Thí dụ, khi một người nào đó cười, nó tạo sự vui thú trong con tim của người khác mà không phải tốn kém một điều gì. Trừ phi chúng ta có được thanh bình và thú vị trong con tim, chúng ta không có gì bảo đảm để có bạn bè, ngay cả việc chúng ta có nhiều tiền của. Khi chúng ta cạnh tranh và háo chiến, nó thật khó để thu đạt lợi ích thật sự nhiều ngay cả việc chúng ta xài phung phí của cải lên trên người khác. Mặt khác đối với những người một cách thành thật thích thú trong việc giúp đỡ tha nhân họ có được thanh bình và niềm thú vui trong trái tim họ. Họ tạo một bầu không khí hòa hợp xung quanh họ. Vì vậy nó thật rõ ràng rằng một trái tim có lòng thương người và thái độ đầy lòng giúp đỡ tha nhân là nền tảng chính của niềm hạnh phúc, cả cho tha nhân và cho chính chúng ta ngay bây giờ và mãi mãi.

Những phẩm chất dương tính được sản xuất bởi những ý định đầy lòng giúp đỡ được công nhận một cách rộng lớn như là xứng đáng và được ước vọng. Tất cả các tôn giáo lớn của thế giới dạy cho tín đồ của họ trở nên những người tốt, để tập luyện sự kiên nhẫn, và để mở mang một sự thích thú trong việc giúp đỡ tha nhân. Có một sự đồng thuận liên quan đến giá trị dương tính dính liền vào những nguyên tắc căn bản này. Trong Phật giáo một cách đặc biệt, bởi vì chế độ của nó được đặt trên lòng từ bi, có nhiều sự nhấn mạnh vào việc tu luyện này.

Như vậy, kỹ thuật gì Phật giáo áp dụng để thiền về lòng từ bi? Một mặt chúng tôi cần mở mang lòng tốt thương người hướng về những sinh linh đang khổ đau, thứ hai chúng tôi phải nhận diện cái thiên tính của nỗi khổ đau. Duy trì sự nhận biết hai điểm này, và chuyên chú nhắm tinh thần của quí vị vào một số vô tận các sinh linh, quí vị có thể sản xuất một ước vọng mạnh mẽ tất cả những người này thu đạt sự tự do khỏi au khổ và những nguyên nhân của nó. Quí vị sẽ bắt đầu tiến trình này bằng cách toan thử tập luyện lòng nhân đạo thương người hướng về những kẻ đang bị khổ đau. Đối với mục đích này, sự thiền về tính trầm tĩnh được tập luyện.

Nếu chúng khảo nghiệm trạng thái tinh thần bình thường của chúng ta, chúng ta có thể thấy chúng chia các sinh linh này thành ba nhóm — những người chúng ta thấy thân cận, những người chúng ta thù nghịch, và những người chúng ta thấy vô tình. Chúng ta lưu tâm một số chúng sinh như là những người bạn thân thiết và thân bằng quyến thuộc. Chúng ta giữ khoảng cách xa với những người khác, với tư tưởng rằng họ đã làm hại cho chúng ta, những bạn bè chúng ta, những người thân thuộc, và những gì họ có trong quá khứ, rằng họ hành động ngay bây giờ, và họ sẽ làm như vậy trong tương lai. Với những tư tưởng như thế này, chúng ta sản xuất sự thù ghét hướng về những sinh linh đó. Dưới những trường hợp như vậy, ngay cả việc chúng ta nói về việc triển khai lòng từ bi hướng về mọi chúng sinh, trong thực tế, cho đến khi nào các mục đích của chúng ta được nghĩ đến, lòng từ bi của chúng ta hướng về tha nhân bị thiên vị và giả tưởng trên bề mặt. Vì vậy, để sản xuất lòng từ bi chân thật cho tất cả mọi chúng sinh, chúng ta trước nhất phải mở mang một thái độ trầm tĩnh, một tư tưởng vô tư xem tất cả mọi chúng sinh một cách bình đẳng lẫn nhau.

Nó cũng thật quan trọng để nhận thức rằng, mặc dầu chúng ta cảm thấy gần gũi với các bằng hữu và người thân của chúng ta và thường thường đối xử tốt với họ, lòng tốt đặc thù này nẩy sinh từ sự hệ lụy và sự bám víu. Một nguyên động lực ích kỷ nằm sau lòng tốt được biểu lộ trên bề mặt của chúng ta. Chúng ta có thành kiến, nghĩ rằng người này đã làm lợi cho tôi trong cách thức này hoặc người kia có liên hệ với tôi theo cách kia. Cho nên khi chúng ta dùng tiếng "lòng tốt" trong ý nghĩa thường nhật, chúng ta nói đến một điều gì được gọi một cách chính xác hơn đó là sự hệ lụy.

Có ý nghĩa gì khi chúng ta nói về một lòng tốt thật sự có lòng từ bi? Lòng từ bi thì nhất thiết là sự lo âu đến sự an lạc của tha nhân — niềm hạnh phúc và sự khổ đau của họ. Cho nên một người có lòng từ bi cảm thấy bị liên lụy khi tha nhân khổ đau và mở mang một ý định dương tính để giải thoát họ khỏi sự khổ đau. Là những người bình thường, sự cảm xúc của sự gần gũi của chúng ta đối với các bằng hữu và những người thân tộc thì chỉ là một chút ít không hơn là một sự ước muốn có sự dính líu. Nó cần phải được trui luyện, không phải chỉ được làm phong phú. Thật quan trọng để không bị lẫn lộn sự hệ lụy với lòng từ bi. Trong nhiều bài vở, tiếng "sự hệ lụy" được dùng để chỉ lòng từ bi. Dù cho sự hệ lụy chia phần một sự tương tự với lòng từ bi, nó được sản xuất trong sự lệ thuộc vào sự nhận thức sai lầm của sự tồn tại thật sự. Lòng từ bi, mặt khác, không nhất thiết tùy thuộc vào sự nhận thức sai lầm của sự tồn tại chân thật. Một tư tưởng có lòng từ bi được thúc đẩy bởi một sự ước muốn để giúp giải thoát các sinh linh khỏi sự khổ đau của họ.

Một cách rộng lớn có hai kỹ thuật để mở mang tính trầm tĩnh. Theo kỹ thuật thứ nhất, chúng tôi nghĩ đến tính không chắc chắn của sự liên hệ, về sự vô thường, và sự khổ đau, và một vài điều khác để thấy sự vô dụng trong việc bám víu vào một người nào, về sự vô ích đếét hờn những người kia. Theo kỹ thuật thứ hai, bằng cách thấy rằng tất cả mọi chúng sinh đều giống nhau trong ý nghĩa ước muốn đạt được hạnh phúc và được giải thoát khỏi sự khổ đau của họ, chúng ta cố gắng mở mang một thái độ vô tư hướng về tất cả chúng sinh. Bài văn cội rễ một cách ngắn gọn tóm tắt phương pháp thứ hai này để mở mang tính trầm tĩnh:

Tất cả chúng sinh ước muốn hạnh phúc và không muốn khổ đau. Hãy nghĩ một cách sâu xa về việc làm sao để, trong chu kỳ không có sự khởi nguồn của sự tồn tại này, không có một sinh linh nào mà lại không phải là người bạn và người thân tộc của tôi cả hàng trăm lần. Vì vậy, bởi vì không có đất đứng để được dính vào một người và ghét những người khác, tôi mở mang một tính trầm tĩnh hướng về tất cả mọi chúng sinh. Hãy bắt đầu thiền về tính trầm tĩnh bằng cách nghĩ đến một người trung lập, và rồi hãy nghĩ đến những người mà họ xem là bằng hữu và kẻ thù.

Tất cả chúng sinh đều hoàn toàn giống nhau trong ý nghĩa rằng mọi người đều ước muốn hạnh phúc và tìm cách để tránh khổ đau. Chúng ta không phải là những thực thể bị cô lập tách rời khỏi sự nói liền với nhau. Niềm hạnh phúc và sự khổ đau của tha nhân có ảnh hưởng đến chúng ta. Sự liên hệ hỗ tương này là hiển nhiên. Chúng sinh đã từng có lòng tốt và đã làm lợi ích cho chúng ta một cách trực tiếp hoặc gián tiếp trong suốt thời gian từ vô tận xa xưa. Những sinh linh này một cách nguyên bản giống chúng ta trong sự đeo đuổi về hạnh phúc và sự cố gắng củ ahoi để tránh sự khổ đau. Vì thế, thật hợp lý một cách cần thiết cho chúng ta được huấn luyện trong việc triển khai thái độ vô tư để ước nguyện niềm hạnh phúc cho tất cả chúng sinh.

Để thực tế hóa một trạng thái tinh thần nghĩ đến mọi người một cách bình đẳng, có những lúc nó có thể hiệu quả hơn để thiền về một số những cá nhân đặc biệt nào đó. Hãy hình dung ba người: Một người đã làm hại cho chúng ta trong đời này, kẻ thù của chúng ta; một người đã làm lợi cho chúng ta một cách trực tiếp, những người bạn của chúng ta; và một người không làm hại cũng chẳng làm lợi cho chúng ta, một người xa lạ.

Khi chúng ta khảo sát sự phản ứng thông thường của tinh thần, chúng ta ghi nhận rằng nghĩ đến kẻ thù, cái tinh thần nghĩ: "Đây là kẻ đối nghịch của ta." Nó trở nên ngứa ngáy, phẫn uất và thù ghét. Việc nghĩ đến một người bạn, cái tinh thần cảm thấy nghỉ ngơi và êm ái. Hướng về người xa lạ, không có sự ngứa ngáy chũng chẳng có cảm giác thú vị. Những lý do này trong thực tế đều giả tưởng và được đặt nền tảng vào những thái độ hẹp hòi, ích kỷ hướng về cái-tôi. Chúng ta bị dính liền với bằng hữu và thân tộc vì lợi ích tạm thời mà họ mang lại cho chúng ta trong cuộc đời này. Chúng ta ghét kẻ thù bởi vì một điều nguy hại họ đã làm tổn thương chúng ta. Con người không phải là bằng hữu của chúng ta từ lúc mới sinh, và trở thành bằng hữu vì một số trường hợp nào đó. Cũng chẳng vậy họ là kẻ thù của chúng tavì họ được sinh ra để thù hằn. Những sự liên hệ như vậy hoàn toàn không đáng tin cậy. Trong cuộc sống của chúng ta, người bạn tốt nhất của chúng ta ngày nay có thể trở thành kẻ thù xấu nhất vào ngày mai. Và một kẻ thù đáng ghét nhất có thể trở thành người bạn tốt nhất. Nhiều hơn thế nữa, nếu chúng ta nói về nhiều cuộc đời của chúng ta trong quá khứ, tính bất khả tín về loại liên hệ này càng trở nên rõ ràng hơn. Vì những lý do này, sự cừu hận hướng về những kẻ thù của chúng ta và sự hệ lụy hướng về bằng hữu của chúng ta chỉ biểu dương một tauhi độ có đầu óc hẹp hòi mà nó chỉ có thể thấy điều lợi ích tạm thời và mỏng manh như gió thoảng. Trái lại, khi chúng ta nhìn sự vật từ một phối cảnh rộng rãi hơn với cái nhìn sâu xa nhiều hơn, tính trầm tĩnh sẽ nở sáng như ban mai trong trí hệ chúng ta, nó giúp chúng ta thấy sự vô dụng của sự gây hấn và sự ước muốn có hệ lụy.

Khi chúng ta có thể, qua sự thiền đã được kéo lâu dài, làm bình đẳng hóa các cảm xúc của chúng ta hướng về ba cá nhân ấy — bạn, thù, người lạ — dần dần nới rộng phạm trù của sự thiền của chúng ta đến các người hàng xóm, những công dân bằng hữu của chúng ta, và những anh hùng của chúng ta. Cuối cùng, chúng ta nới rộng việc thiền để bao gồm tất cả mọi sinh linh trên thế giới. Việc bắt đầu với những cá nhân đặc thù là một cách thức hữu hiệu để mở mang tính trầm tĩnh hoàn hảo. Nếu chúng ta khởi sự thiền vào một số lớn khổng lồ các sinh linh, việc tập luyện tính trầm tĩnh của chúng ta có thể xuất hiện như là có ý nghĩa, nhưng khi chúng ta phải đương đầu với một số cá nhân đặc biệt chúng ta sẽ nhận thấy có ít chỗ đứng cho chúng ta nhận được như thế nào. Vì lý do này kỹ thuật dần dần mở rộng phạm trù của sự thiền được ca ngợi và được đề nghị bởi nhiều vị thầy trong quá khứ.

Chúng ta hãy nghĩ đến ý niệm về chu kỳ không có sự khởi nguồn của sự tồn tại. Nó có thể được mô tả trên một cấp bộ như là một tiến trình có chu kỳ liên tục từ một giây lát này đến một giây lát khác dưới sự ảnh hưởng của những cảm xúc làm quấy rối và kiếp nhân quả. Hoàn cảnh này có nhiều nguyên nhân của nó, nhưng những nguyên nhân này không vĩnh viễn. Nếu các nguyên nhân này vĩnh viễn, kết quả cũng sẽ phải vĩnh viễn.Cũng chẳng phải chu kỳ của sự tồn tại là một sản phẩm do bởi ý định của Ishvara,vị thần mà một số người tin là đấng sáng tạo. Như vậy cái gì là chu kỳ của sự tồn tại? Nó đến trong sự tồn tại để chia xẻ tính tự nhiên của các nguyên nhân của nó. Hai nguyên nhân cội rễ để được sinh ra trong chu kỳ của sự tồn tại là tiền kiếp và những cảm xúc quấy phiền, nguyên nhân thứ hai này chế ngự trên hết. Sự bướng bỉnh về một nhận thức sai lầm của sự tồn tại thật sự là nghiêm trọng nhất trong ba cảm xúc quấy rầy chính. Sự bướng bỉnh về sự nhận thức sai lầm của sự tồn tại chân thật không được nhập cảng từ bất cứ một nơi náo khác, nhưng là một sự sáng tạo của tính ý thức.

Sự việc tự nhiên để làm là điều tra để xem thử tính ý thức có tồn tại hay không. Nó có thể khó để tiến đến bất cứ một kết luận xác thực nào, và chúng ta có thể giới hạn chính chúng ta vào trong việc nói rằng nó tồn tại trong thiên nhiên tính của các sự vật. Tuy nhiên, sự bướng bỉnh mà nó là cội rễ của cả những sự cảm xúc làm quấy rtaày khác và là một nguyên nhân của sự sinh ra trong chu kỳ của sự tồn tại mà sự bướng bỉnh đã đi vào trong sự tồn tại ở cùng một giây lát của sự ý thức.Và sự ý thức không có sự bắt đầu. Nếu chúng ta cho rằng sự ý thức không có khởi nguồn, nhiều ngụy luận sẽ nổi lên từ đó. Nếu, thí dụ, chúng ta chấp nhận một thực thể có thể chất bất động như là một điểm khởi đầu của sự ý thức, do bởi sự ám chỉ này chúng ta đang chấp nhận những kết quả từ những nguyên nhân không thích đáng.

Trong những sự liên hệ thông thường của nguyên nhân và hậu quả, cả nguyên nhân và hậu quả đều cùng một thứ loại. Khi chung ta quan sát những sự liên hệ của nguyên nhân và hậu quả của những vật thể chất, kết quả duy trì một cách nguyên bản có cùng thiên nhiên tính giống nhau như nguyên nhân của nó. Sự ý thức vũng vậy thi theo một khuôn mẫu tương tự. Mỗi thời khắc của sự ý thức sản xuất một kết quả theo nó với cùng một loại giống nhau, có nghĩa rằng, một giây lát khác của sự ý thức. Vì những lý do này, nhiều thánh thư Phật giáo đề nghị lên ký hiệu tinh thần không có sự khởi nguồn và sự tồn tại không có sự khởi nguồn của chúng sinh. Như vậy, chu kỳ của sự tồn tại được nói là không có sự bắt đầu.

Bài văn cho biết rằng trong khoảng thời gian được sinh ra trong chu kỳ không có khởi nguồn của sự tồn tại, chúng sinh đã từng là những thân tộc của chúng ta cả hằng bao nhiêu lần không đếm kể được. Ở đây chúng ta cần gợi nhớ và phản ảnh về lòng nhân đạo của chúng sinh.Mỗi một người trong họ đã làm lợi ích cho chúng ta một cách trực tiếp hoặc gián tiếp. Lòng tử tế và sự lợi ích được sinh ra bởi bằng hữu và thân tộc của chúng ta trong cuộc đời này quả thật hiển nhhieân. Ngay cả những người xa lạ cũng có giá trị bao la như là một nền tảng của việc thu nạp chồng chất công trình cho chúng ta. Lòng tốt thương người và lòng từ bi được triển khai trong sự liên hệ đến số vô hạn định các chúng sinh bằng cách nhớ đến lòng tốt của họ đối với chúng ta.

Như là một sản phẩm của những sự tu luyện này, tinh thần tỉnh giác của tính giác ngộ bodhichitta được sinh ra. Như vậy, việc huấn luyện để thu đạt cái đức hay công trình và trí khôn được hoàn thành trong sự liên hệ với chúng sinh và chúng ta được lợi ích nhiều vô tận.Vì vậy, chúng ta tùy thuộc vào lòng nhân đạo của chúng sinh để thực hiện mục đích cao thượng cuối cùng. Chính vì từ phối cảnh này mà tập sách *Sự Hướng Dẫn vào Nếp Sống của Bồ Tát Đạo Bodhistta* viết bởi Shantideva giải thích rằng chúng sinh và các vị Phật Buddhas đều bình đẳng trong ý nghĩa của việc giúp đỡ của họ cho các cá nhân đạt được trạng thái Phật tính Buddha. Chúng sinh là nguồn cội của sự giúp đỡ và có giá trị vô ngần, không cần nghĩ đến ý định của họ. Trên một cấp bộ quy ước trần thế, kẻ thù là những người đã gây ra sự nguy hại cho chúng ta, và chúng ta thù hằn họ vì đã làm như vậy. Nhưng, được nhìn trong một ánh sáng khác, chúng ta có thể thu đạt được kinh nghiệm lớn lao và sự huấn luyện từ những sự liên hệ của chúng ta với kẻ thù. Chính vì sự liên hệ với kẻ thù mà chúng ta có thể tu luyện từ buổi ban sơ sự kiên nhẫn và tính tha thứ và vì vậy làm giảm gánh nặng của sự tức giận và nỗi hận thù. Chúng ta nên nắm lấy lợi ích tối đa về cơ hội này để làm phong phú và tăng cường sự tu luyện của chúng ta về tính kiên nhẫn. Chính vì những lý do như thế này mà một số bài tham luận mô tả kẻ thù như là những vị thầy tốt nhất của chúng ta. Nói tóm lại, tất cả chúng sinh, bao gồm cả kẻ thù, mang lại cho chúng ta nhiều sự giúp đỡ to lớn trong nhiều cách thức khác nhau và một cách trực tiếp hoặc gián tiếp đem lại cho chúng ta nhiều sự hữu dụng cần thiết.

Sau khi tinh thần đã được mở mang tính trầm tĩnh hướng về tất cả chúng sinh, hãy thiền về lòng-tốt-thương-người. Hãy làm đẫm sương ướt lên trên tính liên tục của tinh thần với nước của lòng-tốt-thương-người và hãy chuẩn bị nó khi như một mảnh đất phì nhiêu. Khi cái hạt của lòng từ bi được trỉa vào trong một tinh thần như vậy, sự nảy mầm sẽ nhanh chóng, thích hợp và hoàn toàn. Một khi người đã tưới nước bằng dòng nước tinh thần lòng-tốt-thương-người, hãy thiền về lòng từ bi.

Để trình bày cách thức sản xuất làng bác ái và từ bi, Kamalashila vẽ một sự tương tự với sự triển khai mùa trồng trọt. Chỉ giống như một cái hạt chỉ mọc lớn lên nếu quí vị trồng nó trong một vùng đất được làm ẩm ướt bằng nước, quí vị có thể triển khai lòng từ bi khi quí vị đã chuẩn bị tinh thần với những tư tưởng về lòng-tốt-thương-người như là cái nền đất trồng trọt. Với việc triển khai tính trầm tĩnh hướng về tất cả chúng sinh, chúng ta thấy tất cả chúng sinh tương tự giống như chúng ta thấy những người bạn thân và những người thân tộc trong nhiều đời, và cũng tương tự như vhuùng ta trong việc ước muốn được hạnh phúc và việc không thích bị làm khổ đau. Bằng cách huấn luyện tinh thần của quí vị theo cách này, quí vị sẽ thấy rất thân cận với tất cả chúng sinh và mở mang lòng cảm thông vị tha từ họ. Càng nhiều một cá nhân tìm thấy chúng sinh hấp dẫn và thân ái đối với con tim của họ, càng nhiều người này sẽ được sự mủi lòng nghĩ đến sự đớn đau và sự khổ lụy của họ. Vì vậy, với việc thiền về tính trầm tĩnh, chúng ta nên thiền về lòng-tốt-thương-người. Do bởi việc làm đẫm ướt tinh thần của chúng ta với nước của lòng-tốt-thương-người, nếu chúng ta trỉa cái hạt của lòng từ bi lên nó, sự lớn của nó sẽ nhanh chóng và mềm mại.

CHƯƠNG 5

NHẬN DIỆN THIÊN NHIÊN TÍNH
của
SỰ KHỔ ĐAU

Tình thân có lòng từ bi có thiên nhiên tính của việc ước muốn tất cả những chúng sinh đau khổ được giải thoát khỏi sự đau khổ. Hãy thiền về lòng từ bi cho tất cả chúng sinh, bởi vì chúng sinh trong ba cõi của sự tồn tại bị hành hạ một calcyh kịch liệt bởi ba loại khổ đau trong nhiều hình thái khác nhau. Ngài Buddha đã nói rằng sức nóng và những loại đau đớn khác liên tục hành hạ chúng sinh ở dưới địa ngục trong một thời rất lâu dài. Ngài còn nói rằng những con ma đói và khát và kinh nghiệm sự đau đớn thể chất kinh hoàng. Chúng ta có thể thấy loài vật bị khổ đau trong nhiều cách đau đớn: chúng ăn lẫn nhau, trở nên tức giận, bị tổn thương và bị giết. Chúng ta có thấy rằng con người, cũng vậy, k nghiệm nhiều loại đau đớn kinh thiên động địa như vậy. Không thể tìm được những gì họ cần thiết, họ tức giận và làm hại kẻ khác. Họ chịu đựng sự đau đớn vì mất những sự vật đẹp họ cần và đương đầu với nhiều sự việc xấu xa mà họ không muốn có, cũng như nỗi đau của sự nghèo nàn.

Sau khi thiết lập tiến trình của việc huấn luyện mà do đó chúng ta học hỏi để thấy sự đau khổ của chúng sinh như là đáng yêu và hấp dẫn, Kamalashila đương đầu với nhiều loại khác nhau của sự khổ đau đã hành hạ họ. Ba loại khổ đau là sự khổ đau vì sự chịu đựng, sự khổ đau vì sự thay đổi, và nỗi khổ đau bị thấm thấu. Không có một sinh linh nào mà lại không bị hành hạ bởi một trong những nỗi khổ đau ấy. Chúng ta ở cao hơn trên ba đời trong chu kỳ của sự hiện hữu có thể thưởng thức niềm hạnh phúc bị ô nhiễm tạm thời hoặc vài cảm xúc trung tính, nhưng trong sự phân tích cuối cùng, họ chịu sự ảnh hưởng của nỗi khổ đau thấm thấu. Và như vậy, họ xứng đáng để được có lòng từ bi. Kamalashila cũng đã ngắn ngủi nói đến những sự khổ đau của các sinh linh trong địa ngục, những con ma đói, loài vật và loài người. Ông ta còn nêu lên sâu xa hơn một vài nguyên nhân độc đáo làm cho con người trở nên đau đổ:

Có những người mà tinh thần của họ bị cột trói bởi nhiều dây xích khác nhau về những cảm xúc làm quấy rối như sự khao khát ước vọng. Những dây xích khác nằm trong sự náo nhộn với nhiều loại khác nhau do bởi những cái nhìn sai lầm. Những điều này được gây ra bởi sự đau đớn ; vì vậy họ luôn luôn bị đau khổ, giống như đang ở trên cái dốc thẳng đứng.

Các vị thần cũng có nhiều sự khổ đau khác nhau.

Những vị thần chịu đựng nỗi khổ đau vì thay đổi. Thí dụ, những dấu hiệu của sự chết cận kề và cái té của họ vào trong những trạng thái bất hạnh một cách liên tục cưỡng ép tinh thần của các vị thần ở vùng đất ước vọng . Làm thế nào để họ sống trong sự thanh bình?

Bài văn bây giờ định nghĩa nỗi khổ đau thấm thấu:

Nỗi khổ đau thấm thấu là nỗi khổ đau trỗi dậy dưới sức mạnh của những nguyên nhân được phân chất bởi những hành động và những cảm xúc gây rối. Nó có thiên tính và tính chất của sự tan rã tạm thời và thấm vào tất cả những sinh linh đang đi lang thang.

Sự đau đớn của sự chịu đựng nói đến điều chúng ta thường nhận thức như là sự khổ đau, sự đau thể chất, bệnh tật, và sự âu lo tinh thần. Điều mà chúng ta thường nhận thức như hạnh phúc (tức là, niềm hạnh phúc bị ô nhiễm hoặc không tinh khiết) được phân loại như sự khổ đau bởi sự thay đổi. Niềm hạnh phúc bị ô nhiễm không phải là niềm hạnh phúc toàn hảo, nhưng đúng hơn là sự vắng mặt thuần túy của một loại đau khổ thô sơ hơn. Vì niềm hạnh phùc bị ô nhiễm không tồn tại lâu dài, nhưng nó được đưa đến sự chấm dứt bởi niềm bất thú vị, nó được xếp loại như là một sự đau đớn vì sự thay đổi. Sự đau đớn thấm thấu có ý nói là tập hợp của những cấu chất tinh thần và thể xác của chúng sinh, được biết như là sự chồng chất bị ô nhiễm, được tạo kết quả từ tiền kiếp trong quá khứ và những cảm xúc làm quấy rối, và hoạt động như một nhân tố để sản xuất ra một kiếp nhân quả và những cảm xúc quấy rối khác. Có những trường hợp khi chúng ta bị khuấy rối không phải vì sự khổ đau vì chịu đựng cũng chẳng vì sự khổ đau vì sự thay đổi. Nhưng chừng nào chúng ta không bị tách rời khỏi những sự chồng chất về thể chất và tinh thần bị tiêm nhiễm, chúng sẽ tiếp tục cung cấp cho nền tảng của nhiều sự khổ đau khác nhau. Và khi chúng đi đến tiếp xúc với những yếu tố và điều kiện thích hợp, sự khổ đau buộc phải trỗi lên. Vì vậy, thật cần thiết để nghĩ về ba loại khổ đau này.

Bước kế đến trong tiến trình trong việc huấn luyện tinh thần liên quan đến ý muốn được giải thoát khỏi một sự khổ đau như vậy. Thật thiết yếu rằng chúng ta nhận diện thiên tính của những khổ đau này để sản xuất một sự ước muốn được giải thoát khỏi chúng. Ngay cả loài vật cũng hiểu sự đau khổ vì chịu sự chịu đựng như không thể chịu nổi và ước vọng được giải thoát khỏi nó. Cả những người Phật giáo và không Phật giáo đi tìm những phẩm chất của những cuộc đời cao hơn, giống những người ở cấp bộ cao hơn của sự tập trung và thế giới vô hình thể, hiểu sự đau khổ vì sự thay đổi như là không thú vị. Họ có thể giải thoát chính họ một cách tạm thời khỏi sự đau đớn do sự chịu đựng. Khi họ đạt được những cuốc đời cao hơn như vậy, như những người dưới cấp bộ thứ tư của sự tập trung, ở đó chỉ có cảm xúc của sự trung tính, họ tạm thời giải thoát sự khổ đau do sự thay đổi. Đối với những người ở cấp bộ thứ tư của sự thiền và ở trong cuộc đời không hình thái tạm thời giải thoát khỏi hai loại đau khổ đầu tiên. Việc nhận thức sự khổ đau thấm thấu là chất dung môi kích thích những cá nhân đi tìm trạng thái của sự giải thoát. Khi họ cảm nhận được cái diện mạo chân thật của nó, họ sản xuất ra một cảm giác ghê tởm. Họ bắt đầu nhận biết sự bất tiện của cảm xúc quấy rối và tính không bền vững của nó. Việc hiểu biết những dự nhược điểm của những cảm xu1v quấy rầy phải đi trước sự hiểu biết về những nhược điểm của những sự kết tập thể chất và tinh thần bị ô nhiễm. Việc nhìn thấy những nhược điểm hoặc những yếu điểm, của những cảm xúc quấy rầy kích động chúng ta, chúng ta đạt được điều được biết đến là niết bàn nirvana, hoặc sự giải thoát. Sự nhận diện chính đáng về sự khổ đau thấm thấu và sự không thích về nó là những yếu tố quyết định trong tiến trình của việc mở mang sự từ bỏ chân thật, hoặc sự ước muốn để đạt được sự giải thoát.

    Bài văn còn đề cập đến thiên nhiên tính tạm thời của sự khổ đau thấm thấu. Ý niệm này có thể được diễn dịch theo hai cách, nó có thể diễn tả bằng một thí dụ. Trước nhất, mọi sự vật vô thường đều tan rã và thay đổi mỗi giây khắc. Thí dụ, một tinh thần toàn thức là vô thường, và nó cũng vậy nó chia xẻ cùng một tính chất thiên nhiên của sự tan rã từng giây từng giây.Thứ hai,một hiện tượng vô thường không có sự nhận diện độc lập và chịu sự ảnh hưởng của những yếu tố khác như các nguyên nhân và các điều kiện của nó. Cũng thế, sự khổ đau thấm thấu không duy trì liên tục ngay cả chỉ một giây lát, nhưng nó là một tiến trình vững chắc của sự tan rã và sự thay đổi.

Vì vậy, hãy nhìn những sinh linh đang đi lang thang như bị tràn ngập trong mnoät ngọn lửa lớn của sự đau khổ. Hãy nghĩ rằng tất cả họ đều giống như người trong việc không hề ước muốn sự khổ đau một tí nào: "Ồ kìa, hỡi các chúng sinh đang yêu của tôi đang bị khổ đau. Điều gì tôi có thể làm để giải thoát hôuôïc tự do? Và làm sự khổ đau của họ thành của chính người. Dù người tham dự vào sự thiền nhất quán điểm hoặc đeo đuổi những hoạt động thường tình của người, hãy thiền về lòng từ bi vào tất cả mọi lúc, nhắm vào tất cả chúng sinh và ước muốn rằng tất cả họ đều được giải thoát khỏi sự khổ đau.

Hạy bắt đầu bằng cách thiền về những người thân tộc và những người bằng hữu của người. Hãy nhận thức làm sao họ kinh nghiệm những sự khổ đau khác nhau đã được giải thích.

Trong những hàng đầu, tác giả vạch ra những bước đi của việc thiền về lòng từ bi. Lòng từ bi là sự ước muốn rằng tất cả mọi chúng sinh được giải thoát khỏi sự khổ đau và các nguyên nhân của nó.

Để huấn luyện tinh thần có lòng từ bi, quí vị phải duy trì một sự tập luyện bao gồm những lượt thiền có nghi thức và có ý thức trong suốt thời gian theo sau đó. Có nghĩa rằng, không những người tu tập chỉ huấn luyện để sản xuất một tinh thần từ bi trong suốt cuộc thiền có nghi thức, nhưng còn trong suốt những hoạt động như đang đi bộ, đang ngủ, đang ngồi, đang làm việc và v.v…

Nếu quí vị có thể duy trì một chương trình như vậy, quí

vị sẽ có thể tận dụng những kinh nghiệm khác nhau quí vị có được trong suốt giai đoạn hậu thiền, nó sẽ tăng cường sự mở mang một tinh thần có lòng từ bi.

Mặt khác, nếu quí vị không triển khai sự ý thức và tính đầy suy nghĩ trong suốt các giai đoạn hậu thiền và quí vị để tinh thần của quí vị đi lang thang, sự tiến bộ của sự thiền của quí vị sẽ bị làm chậm lại. Điều này nhất quyết là một sự sai lầm phải được sửa sai. Quí vị phải cố gắng để duy trì cái ý vị, hoặc cái cốt lõi, của sự thiền của quí vị trong khi quí vị sẽ đi vào những hoạt động của quí vị. Điều này sẽ giúp đỡ lớn cho sự tiến bộ của nhận thức hóa trong suốt thời kỳ thiền, và những sự nhận thức hóa đó cuối cùng đóng góp vào sự mở mang tinh thần của quí vị trong suốt giai đoạn hậu thiền. Đây là những gì quí vị có thể thưởng thức một dòng năng lực về ân đức.

Rồi sau khi thấy được tất cả chúng sinh đều ngang bằng nhau, với không một sự khác nhau nào giữa họ, người nên thiền về các chúng sinh mà đối với họ người vô tình. Khi lòng từ bi người cảm nhận hướng về họ giống như lòng từ bi mà người cảm thấy hướng về những người thân tộc và bằng hữu của người, hãy thiền về lòng từ bi cho tất cả chúng sinh khắp mười phương của vũ trụ.

Khi quí vị đang thiền về lòng từ bi, nếu quí vị đặc biệt nhắm vào một sinh linh đang kinh nghiệm sự khổ đau, như chúng ta đã làm trong suốt việc thiền của chúng ta về tính trầm tĩnh, việc thiền của quí vị về lòng từ bi sẽ có nhiều hiệu quả hơn. Khởi đầu quí vị có thể hình dung sự khổ đau kịch liệt của chúng sinh trong những cuộc đời bất hạnh. Quí vị cũng có thể thiền về lòng từ bi cho những người đã nhượng mình trong những hành động âm tính đầy bạo lực, chúng làm chủ ba yếu tố cường độ, hành động, và sự hoàn tất. Mặc dầu họ có thể trong hiện tại không kinh nghiệm khổ đau lớn nào, họ đang chồng chất những nguyên nhân có nhiều sức mạnh để kinh nghiệm nó về sau. Nếu quí vị thiền về nó theo song hành với những đường này, nó sẽ giúp quí vị huấn luyện tinh thần của quí vị trở nên có lòng từ bi hướng về mỗi và mọi chúng sinh trong chu kỳ của sự hiện hữu — tất cả họ đều nằm dưới sự xoay vòng của những cảm xúc làm quấy rối, làm nô lệ choi sự bướng bỉnh là điều nhận thức sai lầm về sự tồn tại thật sự và tính vị kỷ.

Kamalashila nói về tất cả chúng sinh đều bình đẳng lẫn nhau. Điều này có thể diễn dịch theo hai cách: một cách tối hậu và một cách qui ước. Tính bình đẳng của inh linh về mức độ tối hậu không ngăn ngừa sự tồn tại của bằng hữu và kẻ thù trên cấp bộ qui ước. Tuy nhiên, khi sự thiền của quí vị nhắm vào tính không thể tìm thấy được của các sự vật trên một cấp bộ tối hậu, nó phản lại sự hệ lụy và sự thù ghét bằng cách chống lại sự nhận thức sai lầm về sự tồn tại chân thật.

Đây là một số trong nhiều kỹ thuật từ đó chúng ta huấn luyện để mở mang một thái độ có tinh-thần-chẳng. Thật quan trọng để duy trì loại này về thủ tục thiền và kết hợp tiềm năng dương tính về công đức. Cuối hậu lòng từ bi thông thường của chúng ta hướng về những sinh linh đang đau khổ có thể được làm tăng cường và chuyển hóa vào một tình trạng được tinh khiết hóa nhiều hơn. Lòng từ bi chúng ta cảm thấy trong hiện tại thường thường được trộn lẫn với sự hệ lụy. Nhưng sự hiện diện của lòng từ bi này cũng biểu lộ cho thấy rằng chúng ta có nền tảng căn bản của lòng từ bi chân thật. Thỉnh thoảng chúng ta cũng sản xuất lòng từ bi bất chợt hướng về người xa lạ với sự đau đớn lớn lao, thắc mắc điều gì chúng ta có thể làm để giảm nhẹ sự khổ đau của họ. Đây là một sự diễn tả về lòng từ bi bẩm sinh của chúng ta. Thật là thiết yếu rằng chúng ta nhận thức hóa sự kiện này, làm phong phú tư tưởng đầy lòng từ bi này, và rồi đề cao và tăng cường nó lên. Nếu quí vị không sở hữu chủ lòng từ bi bẩm sinh này, hãy cố gắng để triển khai nó lên và làm mọi sự cố gắng để mở mang nó. Trong khi cần, một tấm lòng từ bi như vậy, tuy không quan trọng hình như tại giớ phút hiện tại, nó có thể nới rộng một cách vô tận.

Bài văn bây giờ giải thích biện pháp đã triển khai một lòng từ bi như thế:

Chỉ giống như người mẹ phản ứng đối với người con nhỏ dại, đáng yêu mến, và đang khổ đau, khi người mở mang một ý nghĩa bình đẳng và bất chợt của lòng từ bi hướng về tất cả chúng sinh, người đã hoàn hảo việc tu luyện lòng từ bi. Và điều này được biết như là lòng từ bi vĩ đại.

Trong những chiều sâu con tim của quí vị, quí vị có sự săn sóc lớn và lo âu cho đứa bé đang yêu mến của quí vị dù bất cứ việc gì quí vị đang làm, dù quí vị đang đi bộ, đang ngồi, hoặc đang nói chuyện. Nếu quí vị có thể triển khai một tinh thần như vậy hướng về chúng sinh vô hạn định, nghĩ nó tốt như thế nào nêu họ được giải thoát khỏi sự khổ đau, và nếu một tinh thần như vậy trỗi dậy một cách tự động, không có sự đòi hỏi cần thiết của quí vị phải trông cậy vào những lý do đặc biệt, đó là một chỉ dấu rằng quí vị đã triển khai lòng từ bi vĩ đại chân thật.

Bất cứ những sự nhận thức nào quí vị muốn triển khai, quí vị phải biết sự vật gì quí vị muốn chú ý đến và những nguyên nhân và điều kiện nào quí vị cần phải triển khai để có thể sản xuất một sự nhận thức hóa như vậy. Quí vị cần phải làm một số sửa soạn. Khi đã đạt được sự quen thuộc và vài kinh nghiệm trong một tiến trình của sự tập luyện như vậy, quí vị có thể không cần triển khai một sự hiểu biết thêm nào nữa. Nhưng xử dụng sự phân tích và điều tra, quí vị có thể triển khai một cảm giác mạnh mẽ nội tâm thật sự làm cho tinh thần của quí vị bị kích động. Điều đó được gọi là kinh nghiệm thực tế và nó có hai loại: kinh nghiệm có sự ăn năn hối cải và kinh nghiệm không có sự ăn năn hối cải. Kinh nghiệm có sự ăn năn hối cải nói đến những cảm xúc trỗi dậy trong tinh thần của quí vị như là một kết quả của việc xử dụng những lý luận uyên thâm và tùy thuộc vào phần trích dẫn từ thánh thư. Khi quí vị không tham dự vào trong sự phân tích và sự điều tra, quí vị không nhận được kinh nghiệm như vậy. Sau khi đã triển khai một kinh nghiệm có ăn năn như vậy, nếu quí vị tiếp tục tiến trình của việc làm tăng sức mạnh và mở mang nó lên, một thời gian sẽ đến khi đương đầu với một hoàn cảnh đặc biệt trong một cách mà, không cần phải trông cậy vào một sự trích dẫn hoặc một lý do nào, một cảm xúc mạnh tự động trỗi dậy trong tinh thần quí vị. Điều đó được gọi là kinh nghiệm không có sự ăn năn. Khi quí vị đạt được một kinh nghiệm có sự ăn năn về lòng từ bi như vậy, điều đó là một chỉ dấu của việc đã triển khai một lòng từ bi vĩ đại chân thật.

Rồi bài văn thảo luận tiến trình của sự thiền về lòng-tốt-thương-người. Biện pháp của việc triển khai lòng-tốt-thương-người tương tự như biện pháp của việc triển khai lòng từ bi vĩ đại. Lòng từ bi là một tinh thần ước mong chúng sinh được tự do khỏi sự khổ đau, và lòng-tốt-thương-người là một tinh thần ước mong rằng họ gặp được niềm hạnh phúc. Lòng-tốt-thương-người sản xuất lòng từ bi, và lòng từ bi tạo sinh một thái độ đặc biệt. Thái độ đặc biệt ở đây có nghĩa rằng quí vị không những chỉ nghĩ một cách tinh thần thật tốt sẽ như thế nào nếu chúng sinh được tự do khỏi sự đau khổ, nhưng quí vị tự nguyện nhận lấy trách nhiệm trong việc thật sự tham dự vào trong việc làm để đưa chúng sinh đến trạng thái của sự giải phóng và giúp đỡ họ tháo gỡ những sự khổ đau của họ. Và sự kiện này nẩy sinh tinh thần thức tỉnh của tính giác ngộ bodhichitta.

Việc thiền vào lòng-tốt-thương-người bắt đầu với các bằng hữu và những người mà người cảm thấy thân thích với họ. Việc này có thiên nhiên tính của việc ước muốn rằng họ gặp được hạnh phúc. Dần dần nói rộng sự thiền để bao gồm những người xa lạ và ngay cả những kẻ thù. Việc làm quen dần chính quí vị với lòng từ bi, quí vị sẽ dần dần sản xuất một sự ước muốn bất chợt để giải thoát tất cả chúng sinh. Vì vậy, nếu đã làm quen chính quí vị với lòng từ bi như là một căn bản, hãy thiền về tinh thần thức tỉnh của tính giác ngộ bodhichitta.

Tính giác ngộ Bodhichitta có hai loại: theo qui ước và tối hậu. Tính giác ngộ bodhichitta theo qui ước là sự triển khai tư tưởng khởi đầu ước muốn đạt được Phật tính được hoàn thành một cách hoàn hảo và không thể vượt qua để tạo lợi ích cho tất cả chúng sinh đang đi lang thang, sau khi đã nhận lấy lời thệ nguyện từ lòng từ bi để giải phóng tất cả họ khỏi sự khổ đau. Tính giác ngộ bodhichitta theo qui ước được triển khai trong một tiến trình tương tự với tiến trình được mô tả trong chương về luân lý học về đạo đức trong sách Bodhisattvabhumui, việc sản xuất tinh thần này bằng cách nhận lời thề của Bồ Tát Bodhisattva trước một vị sư sống trong những lời dạy của Bồ Tát Bodhisattva.

Biện pháp về việc triển khai tinh thần thức tỉnh về giác ngộ bodhichitta của quí vị cũng tương tự như việc triển khai lòng từ bi. Trước tiên quí vị triển khai tính giác ngộ như là một kinh nghiệm có ăn năn, rồi quí vị triển khai tinh thần thức tỉnh của tính giác ngộ bodhichitta như là một kinh nghiệm không có sự ăn năn, đó là trạng thái của tinh thần thức tỉnh chân chính của tính giác ngộ bodhichitta.

Vị đại sư Ấn Độ Shantideva đã nói rằng tất cả những sự khổ đau chúng ta thấy trên thế giới trỗi dậy bởi vì chúng ta quá vị kỷ, bởi vì chúng ta chỉ ước muốn cho niềm hạnh phúc cá nhân của chúng ta. Tất cả niềm hạnh phúc chúng ta thấy trên thế giới này trỗi dậy bởi vì sự săn sóc của chúng ta về niềm an lạc của các chúng sinh khác. Ông ta nói không cần phải giải thích thêm về điểm này. Nếu quí vị khảo sát sự khác biệt giữa trạng thái của Buddha và của một người bình thường, nó sẽ thật dễ dàng được hiểu. Ngài Buddha đã hành động cho sự lợi ích của các chúng sinh khác, đã đạt được sự toàn thức, và bây giờ có khả năng làm lợi ích cho tất cả chúng sinh, trong khi đó chúng ta, những chúng sinh bình thường, ngay cả việc chúng ta đã cố gắng hết mình để làm thỏa mãn sự an lạc cá nhân của chúng ta, do bởi thái độ vị kỷ mà không những không đạt được sự toàn thức mà chúng ta vẫn còn trong chu kỳ của sự tồn tại. Ngay cả trong trường hợp đạt được niết bàn nirvana, nếu chúng ta đeo đuổi nó chính vì lợi ích của cái-tôi,m nó sẽ chỉ là sự giải thoát đơn độc hoặc sự giải thoát không có sự toàn thức. Sự kiện này còn do thái độ vị kỷ. Ngay cả trong cuộc sống hằng ngày, tất cả những phẩm chất tốt trong thế giới này chẳng hạn như việc cảm thấy tinh thần được thoải mái, có nhiều bằng hữu và thân tộc được tin cậy, và sống trong một nơi mà quí vị không bị lừa dối bởi kẻ khác, đều là kết quả của việc lo âu đến sự an lạc của tha nhân. Và một cách tối hậu sự khả thi của việc thực hiện sự giác ngộ cũng do tinh thần này.

Nói cách khác, nếu chúng ta so sánh chúng ta với ngài Bhddha và tính xem có bao nhiêu sai lầm chúng ta có và bao nhiêu phẩm chất hoàn hảo của ngài Buddha có, chúng ta sẽ có thể khám phá con số nhược điểm về tính vị kỷ và những lợi ích về việc lo âu đến niềm an lạc của các chúng sinh khác. Bởi vì sự tập luyện làm phong phú hoá sự an lạc của các chúng sinh khác, ngài Buddha đã thực hiện sự toàn thức và bây giờ là hiện thân của những phẩm chất tuyệt diệu, trong khi đó chúng ta, những chúng sinh bình thường nằm trong sự hiện thân của những sai lầm do bởi thái độ vị kỷ của chúng ta.

Ngài Buddha trước tiên triển khai một tinh thần có liên hệ đến niềm an lạc của các chúng sinh khác, rồi tăng cường nó lên, và cuối cùng hoàn hảo hóa nó. Đây là cách làm thế nào ngài thực thể hóa tất cả những phẩm chất tuyệt diệu của một vị Phật Buddha. Vì vậy, chúng ta nên nhận thức rằng ở đây và bây giờ chùng ta đã có được một cuộc đời quí hóa được ưu đãi với những phẩm chất tuyệt vời,và chúng ta được tự do để tham dự vào sự tu tập tinh thần.Trong sự cố gắng tinh thần của chúng ta, sự tu tập thâm sâu nhất là sự tu tập lòng từ bi và ước muốn vị tha để thực hiện được Phật tính Buddhahood vì lợi ích của tất cả chúng sinh. Không có sự tu tập nào tốt hơn việc này.Vì vậy, tất cả chúng ta, bao gồm cả các tu sĩ lama, phải nên cố gắng để triển khai một tinh thần từ bi trong cuộc sống hằng ngày của chúng ta.

Nếu mỗi người trong chúng ta từ những chiều sâu thăm thẳm của con tim của chúng ta đã triển khai một tinh thần ước muốn làm lợi ích cho than nhân và cho tất cả các chúng sinh khác, chúng ta sẽ đạt được một ý nghĩa mạnh mẽ về sự tự tin, và điều đó sẽ mang tinh thần chúng ta đến sự thoải mái. Khi chúng ta có được loại bình thản ấy trong tinh thần chúng ta, ngay cả việc toàn thể xung quanh chúng ta có vẻ như chống lại chúng ta và trở nên hung bạo, nó sẽ không làm quấy rầy tinh thần bình thản của chúng ta. Mặt khác, nếu tinh thần chúng ta bị khuấy động, ngay cả việc chúng không có ý định là hại chúng ta, thái độ của chúng ta sẽ làm cho chúng ta thấy mọi người đều cay đắng và có âm tính đối với chúng ta. Điều này phản ảnh thái độ tinh thần của chính chúng ta, những cảm xúc nội tâm, và những kinh nghiệm. Vì lý do này, chúng ta sẽ sống trong sự sợ hãi liên tục, lo âu, hồi hộp, và tính không bền vững. Chúng ta có thể giàu có và có những tiện nghi vật chất dồi dào do chúng ta làm sởi hữu chủ, nhưng cho đến khi nào bị quấy rầy trong tinh thần của chúng ta, chúng ta sẽ không cợ thanh bình. Chúng ta có thể được bao quanh bởi những người thân tộc hoặc bằng hữu tốt nhất của chúng ta, nhưng do thái độ tinh thần nội tâm của chúng ta, chúng ta sẽ không có hạnh phúc. Vì vậy, thái độ tinh thần nội tâm của chúng ta đóng một vai trò chế ngự cao trên hết. Nếu chúng ta có sự bình tĩnh và sự kiểm soát trong tinh thần của chúng ta, thì ngay cả nếu mọi sự việc xung quanh chúng ta chống lại chúng ta, không có gì sẽ làm quấy rầy chúng ta. Thực ra, đối với một người như vậy tất cả vùng xung quanh là một người bạn và nó đóng góp vào sự bình tĩnh tinh thần của họ.

Lẽ dĩ nhiên, có nhiều lý do để săn sóc chính chúng ta, nhưng chúng ta phải biết làm thế nào để săn sóc chúng ta và đeo đuổi quyền lợi của chúng ta trong cuộc sống hằng ngày. Điều chúng ta muốn là niềm hạnh phúc, nhưng nếu trong việc đeo đuổi niềm hạnh phúc cá nhân của chính chúng ta, chúng ta bỏ quên sự an lạc của các chúng sinh khác và chỉ ngược đãi và lừa dối họ, kết quả sẽ âm tính. Nếu chúng ta thật sự muốn niềm hạnh phúc, chúng ta phải biết rằng nó sẽ đến từ việc chăm sóc tha nhân. Vì vật, chúng ta không hy sinh niềm hạnh phúc của các chúng sinh khác.

Ngay cả việc chúng ta không tham dự vào sự tu tập tôn giáo hay tinh thần, miễn rằng chúng ta hiểu chúng ta phải sống một cách liên hệ hỗ tương, chúng ta sẽ có một cuộc đời hòa thuận và thanh bình. Chúng ta là những loài vật có giao tế xã hội, và chúng ta không thể nghĩ đến việc sống một cuộc đời cô lập không có một sự lệ thuộc vào người khác hoặc các chúng sinh khác. Bất cứ những gì quí vị làm, trong tất cả mọi bước đi của cuộc đời, dù quí vị là một nhà nông hoặc một thương gia, quí vị phải lệ thuộc vào tha nhân. Ngay cả trong gia đình, quí vị phải lệ thuộc vào những thành viên của gia đình. Đây là lý do tại sao con người thông thường sống cùng nhau giữa gia đình và bằng hữu. Có một số ít trường hợp ngoại lệ trong lãnh vực này, chẳng hạn như những người thiền goya sống trong cảnh tĩnh mịch cao tận trên núi để làm những điều tu luyện tinh thần.

Bởi vì nó là một thực trạng rằng chúng ta do bởi thiên nhiên là những con vật có giao tế xã hội, bị gắn liền để lệ thuộc vào tha nhân, chúng ta cần phải triển khai sự mến và sự lo nghĩ đến tha nhân nếu chúng ta thật sự ước muốn hòa bình và hạnh phúc. Hãy nhìn vào loài vật hoang dã và chim chóc. Ngay cả việc chúng du hành cùng nhau, làm thành đàn cùng nhau, và giúp đỡ lẫn nhau. Loài ong không có một hệ thống pháp lý đặc biệt, chúng không theo bất cứ một sự tập luyện tinh thần nào, nhưng vì sự sống và sự sinh tồn chúng lệ thuộc vào nhau — đó là cách thức tự nhiên của sự tồn tại. Dù ngay cả việc chúng ta, những con người thông minh cũng phải lệ thuộc vào nhau, chúng ta lắm lúc xử dụng sai sự thông minh của chúng ta và cố gắng để tận dụng lẫn nhau. Điều đó đi trái ngược lại với thiên nhiên. Đối với những ai trong chúng ta tuyên bố tin vào một sự tu luyện tôn giáo đặc biệt nào đó, thật cực tuyệt quan trọng rằng chúng ta cố gắng để giúp đỡ lẫn nhau và triển khai sự cảm giác về sự cảm mến lẫn nhau. Đó là cội nguồn của niềm hạnh phúc trong cuộc đời của chúng ta.

Giáo lý căn bản của ngài Buddha là chúng ta nên xem tha nhân quan trọng hơn chúng ta. Lẽ dĩ nhiên, quí vị không một cách hoàn toàn bỏ quên quí vị. Nhưng quí vị cũng chẳng bỏ qua niềm an lạc của tha nhân và các chúng sinh khác, một cách đặc biệt khi có một sự va chạm về quyền lợi giữa niềm an lạc của quí vị và niềm an lạc của tha nhân. Vào lúc như vậy quí vị nên xem sự an lạc của người khác quan trọng hơn niềm an lạc cá nhân của quí vị. Hãy so sánh chính quí vị với phần còn lại của chúng sinh. Tất cả các chúng sinh khác nhiều vô kể, trong khi quí vị chỉ là một cá nhân. Sự khổ đau và niềm hạnh phúc của quí vị có thể rất quan trọng, nhưng nó chỉ là sự khổ đau và niềm hạnh phúc của một cá nhân, trong khi đó niềm hạnh phúc và sự khổ đau của tất cả các chúng sinh khác thì không thể đo lường và vô số kể. Vì vậy, thật đúng là cách thức của người khôn để hy sinh một lợi ích của đại đa số và đại diện chỉ cho một cá nhân đơn thuần. Ngay cả từ quan điểm về sự an bình cá nhân của quí vị, quí vị phải triển khai một tinh thần từ bi — đó là cội nguồn niềm hạnh phúc trong cuộc đời của quí vị.

Không cần phải nghĩ đến việc chúng ta tôn sùng một tôn giáo hay không, chúng ta phải có trái tim ấm cúng, chúng ta phải triển khai lòng từ bi, và trong cách thức đó chúng ta sẽ có thể dẫn đến những cuộc đời đầy ý nghĩa và thanh bình. Trong trường hợp những người tu tập Phật giáo, và một cách đặc biệt những người tu luyện Phật giáo thuộc hệ Mahayana, làm thế nào chúng ta tham dự vào sự tu luyện? Ngay cả khi chúng ta nói về việc giúp đỡ tha nhân, chúng ta không nói về chỉ mang lại cho họ những lợi tức và sự giúp đỡ tạm thời, như thực phẩm, áo quần, và nơi ẩn trú v.v…bởi vì những sự vật này sẽ không mang lại niềm hạnh phúc lâu dài. Vì vậy, thật tuyệt đối quan trọng để điều tra sự khả thi của việc thực hiện niềm hạnh phúc tối hậu và lâu dài. Chúng ta phải phán luận liệu nó cvoù thể loại trừ sự khổ đau từ cội rễ hay không. Không cần biết chúng ta có thể tu luyện hay không, chúng ta nên ít nhất triển khai sự can đảm tinh thần ước muốn loại bỏ những sự khổ đau và thực hiện một trạng thái của sự ngưng động hoàn toàn sự khổ đau. Điều đó sẽ mang lại niềm tự tin và sự quyết ý mạnh mẽ. Vì vậy, là những người tu luyện Mahayana chúng ta nên nghĩ: "Tôi sẽ giúp đỡ vô số kể những người mẹ chúng sinh để chiến thắng dự khổ đau." Điều đó phải nên là sự thệ nguyện của chúng ta. Nhưng nếu quí vị khảo sát khả năng hiện tại của quí vị, huống hồ là việc giúp đỡ vô số chúng sinh, quí vị không có khả năng để loại bỏ sự khổ đau của ngay cả chỉ một sinh linh.

Sự khổ đau đến từ nhiều nguyên nhân và nhiều điều kiện, chúng được thu nhận bởi một chúng sinh cá nhân. Đã là như vậy, thật tuyệt đối quan trọng rằng cá nhân chúng sinh biết điều gì phải được tu luyện và điều gì được bỏ đi — những điều mang đến sự khổ đau và những gì mang đến niềm hạnh phúc lâu dài. Chúng ta phải chỉ dẫn cho chúng sinh con đường đi đúng, con đường mang đến hạnh phúc và con đường đi sai lầm, con đường mang lại sự khổ đau. Vì vậy, khi chúng ta nói về việc làm lợi ích các chúng sinh khác, đó là xuyên qua việc chỉ dẫn họ con đường đi và sự giúp đỡ họ hiểu biết điều phải từ bỏ và điều gì được tu luyện. Đây là cách làm thế nào để chúng ta hướng dẫn họ.

Để làm được như vậy, thật tuyệt đối quan trọng, mặt khác, rằng những gì quí vị sắp dạy cho các chúng sinh khác không còn bị giấu ẩn trong quí vị. Quí vị phải hiểu biết ý nghĩa của con đường quí vị sắp chỉ dẫn cho các chúng sinh khác. Thí dụ, để càng tiến bộ nhiều một học viên trong sự học hỏi của họ, càng nhiều học viên ấy cần thầy có nhiều sự hiểu biết với nhiều kiến thức hơn. Cũng thế, để thể chỉ dẫn con đường đi đúng cho các chúng sinh khác, quí vị phải trước tiên chính quí vị chà đạp trên lối đi đó. Mặt khác, thật không đủ để cho con đường quí vị sẽ chỉ dẫn cho các chúng sinh khác không còn bị che giấu khỏi quí vị. Quí vị cũng nên biết rằng điều gì quí vị sẽ dạy cho các chúng sinh khác sẽ giúp đỡ họ một cách tạm thời và một cách tối hậu. Không có sự hiểu biết đó, sự dạy dỗ của quí vị có thể không thích hợp với khả năng và lợi ích của họ. Thật không đủ để một cách đơn giản nói rằng tôi đang làm việc này với một nguyên động lực đúng. Lẽ dĩ nhiên, nếu quí vị đúng, sẽ không có điều cần phải hối tiếc, nhưng điều đó không bảo đảm rằng nó sẽ giúp ích cho các chúng sinh khác. Chính vì lý do này mà các thánh thư giải thích sự cần thiết để thực tế hóa những sự thứ loại khác nhau về sự minh mẫn, để có thể biết tinh thần và nhu cầu của các chúng sinh khác.

Vì vậy, có hai yếu tố liên quan ở đây: thứ nhất, con đường đi và việc dạy dỗ mà quí vị sẽ chỉ dẫn hoặc mang lại cho các chúng sinh khác phải không được giấu kín khỏi quí vị, và thứ hai, quí vị phải hiểu sự thích nghi của một việc dạy như vậy đối với khí chất của chúng sinh khác. Quí vị cần phải hiểu cái khí chất của những chúng sinh khác được thừa hưởng trong những cuộc đời trong quá khứ. Vì vậy, trừ phi chính quí vị trở thành một Buddha và thực hiện được sự toàn thức, sự giúp đỡ và sự hướng dẫn của quí vị có thể được chứng minh chỉ có lợi ích tạm thời. Việc triển khai sự khao khát để giúp các chúng sinh khác trở thành một nguyên nhân của sự ước muốn thứ hai, muốn thành đạt Phật tính Buddhahood vì quyền lợi của tất cả chúng sinh. Đây là hai cấp bộ của tinh thần tỉnh giác của tính giác ngộ bodhichitta.

Một tinh thần như vậy không thể được triển khai chỉ trong vài tháng hoặc vài năm, nhưng việc này không thể nói rằng nó không thể được triển khai đượột chút nào. Nếu quí vị tiếp tục việc tu luyện của quí vị để triển khai tính giác ngộ bodhichitta, một thời gian sẽ đến khi quí vị thành công. Thí dụ, trong giai đoạn đầu quí vị có thể ngay cả không hiểu ý nghĩa của tiếng tính giác ngộ bodhichitta. Quí vị có thể thắc mắc bao giờ quí vị có thể triển khai một tinh thần như vậy. Nhưng xuyên qua việc tập luyện được lập đi lập lại và sự quen thuộc, quí vị sẽ dần dần đi đến gần hơn một tinh thần như vậy. Nó thật là thiên nhiên của những sự vật có điều kiện rằng chúng thay đổi tùy theo nguyên nhân và điều kiện. Vì vậy thật quan trọng để nhớ lại những tiện lợi và lợi ích của một tinh thần như vậy và triển khai một sự quyết ý mạnh mẽ để thực hiện nó. Hãy làm những lời cầu nguyện nóng bừng. Dù quí vị ngủ, đi bộ, hoặc ngồi, quí vị nên nghĩ: "Thật tốt làm sao nếu tôi có thể triển khai một tinh thần như vậy." Hãy cố gắng để triển khai tính giác ngộ bodhichitta ngay cả chỉ ở cấp bộ khao khát. Nếu quí vị tiêu dùng nhiều ngày trong việc tu luyện kiên trì và được lập lại như vậy, quí vị có thể nhất định mở mang nó. Hãy làm một sự quyết ý để triển khai nó ngay cả nếu nó phải mất nhiều kỷ nguyên. Như Shantideva nguyện cầu trong tập sách của ông ta *Hướng Dẫn Vào Trong Cuộc Đời Bồ Tát Đạo (Guide to the Bodhisattva's Way of Life)*:

Cho đến khi nào không gian còn chịu đựng
Và cho đến khi nào chúng sinh vẫn còn
Khẩn xin chjo con còn sống
Để xua đuổi nỗi khổ đau của tất cả chúng sinh.

Khi quí vị tham dự vào một kế hoạch, một hoạt động nhằm giúp đỡ các chúng sinh khác, không có thắc mắc gì về thời gian giới hạn. Quí vị phải hành động một cách liên tục. Đây là cách làm sao quí vị huấn luyện tinh thần của quí vị. Nếu quí vị nghĩ rằng quí vị sẽ thực hiện được sự sáng ngời hoặc tính giác ngộ bodhichitta trong vài ngày hoặc vài tháng, và nếu quí vị nghĩ quí vị sẽ được giác ngộ sau khi đi vào trong sự ẩn dật trong ba năm và ba tháng, quí vị đang bị sai lầm. Khi tôi nghe lời đề nghị rằng quí vị sẽ đạt được Phật tính Buddhahood nếu quí vị đi vào ẩn dật trong ba năm và ba tháng, đôi lúc tôi đùa nói rằng điều này giống như lời tuyên truyền của cộng sản. Tôi nói với người bạn Tây Phương của tôi rằng sự muốn tập luyện con đường nhanh chóng nhất và uyên thâm nhất là một dấu hiệu rằng quí vị sẽ đạt được không một kết quả gì. Làm thế nào quí vị có thể thực hiện điều uyên thâm nhất và rộng lớn nhất trong một cách thức ngắn nhất? Câu chuyện của ngài Buddha nói rằng ngài đã thực hiện Phật tính Buddhahood sau ba thời đại dài vô tận. Như vậy nuôi dưỡng một sự kỳ vọng để thực hiện Phật tính Buddhahood trong một thời gian ngắn — như ba năm và ba tháng — là một dấu hiệu rõ ràng quí vị sẽ không làm được sự tiến bộ thật sự nào. Chúng ta phải thực tế. Không có sự hữu dụng nào trong việc lừa dối tha nhân với kiến thức không đầy đủ của quí vị.

Quí vị cũng nên nhận thức rằng quí vị thực hiện được Phật tính Buddhahood hay không, mục đích của quí vị là giúp đỡ các chúng sinh khác. Dù quí vị tìm thấy quí vị trên thiên đàng hay dưới địa ngục, mục đích của quí vị là giúp đỡ các chúng sinh khác. Không có gì quan trọng dù phải mất dài bao nhiêu thời giờ. Quí vị phải quyết định rằng ý định vị tha để thực hiện Phật tính Buddhahood vì lợi ích của tq61t cả chúng sinh sẽ chỉ là sự tập luyện của quí vị, dù quí vioi̓ sống hay cheát. Quí vị phải huấn luyện trong việc triển khai một tinh thần như vậy và hiểu cái khía cạnh và sự vật của một tinh thần như vậy. Một khi quí vị đạt được một kinh nghiệm có suy luận về một tinh thần như vậy, quí vị nên nhận lời thề nguyện Bồ Tát Đạo Bodhisattva, vì lời thề phải được nhận sau khi quí vị đã triển khai một sự ước muốn mạnh mẽ trong những việc làm của một vị Bồ Tát Bodhisattva.

Cái gì là cuộc sống của một Bồ Tát Đạo Bodhisattva? Nó là lối sống tuân theo sự tự nhiên từ việc đã triển khai một tinh thần thức tỉnh của tính giác ngộ bodhichitta. Sự toàn thức được thực hiện chỉ xuyên qua tiến trình của việc tinh khiết hóa những cảm xúc làm quấy rối trong tinh thần của quí vị. Nó không thể được thực hiện chỉ thuần túy qua lời cầu nguyện và những sự ước muốn. Chúng ta phải huấn luyện trong việc trừ bỏ tất cả những cảm xúc quấy rối đặc thù bằng cách trông cậy vào những liều thuốc giải độc đặc biệt.Tất cả những hoạt động của một vị Bồ Tát Bodhisattva có thể được bao gồm trong hai loại chính: việc tập luyện phương tiện khéo léo và việc tập luyện về trí khôn. Nếu những sự tập luyện về việc ban phát, luân lý học, và v.v….phải được hoàn hảo, chúng phải được ủng hộ và được ảnh hưởng bởi sự tập luyện về trí khôn. Không có sự tập luyện về trí khôn, năm điều trước nhất của sáu sự hoàn hảo hóa không có thể thật sự trở thành sự tập luyện về sự hoàn hảo hóa. Để triển khai một trí khôn như vậy, quí vị phải trước nhất triển khai quan điểm triết lý chân thật không sai lầm mà nó được biết như là quan điểm của Trung Đạo (Middle Way), hoặc Madhyamika.

Cái gì là quan điểm của Madhyamika? Có bốn trường phái về giáo nghĩa triết lý học trong truyền thống Phật giáo. Được căn cứ vào những sự giải thích của ba hệ thống trước nhất của giáo lý Phật giáo, quí vị có thể hiểu ý nghĩa về tính vô ngã trên một cấp bộ bao quát hơn, và điều này sẽ dẫn đến một cách cuối cùng đến quan điểm Trung Đạo thâm thúy về tính vô ngã của con người và của những hiện tượng, đó là một sự ngẫu nhiên về sự diễn dịch của sự khởi nguồn có lệ thuộc hỗ tương. Bằng cách đã thiết lập được một quan niệm đúng không bị nhầm lẫn và đạt được sự quyết ý trong nó quí vị có thể nhận thức hóa tính trống rỗng. Tuy nhiên, ngay cả lúc quí vị đã hiểu cái trí khôn nhận thức hóa tính trống rỗng, điều đó một mình sẽ không trở thành một liều thuốc giải độc cho tính bướng bỉnh nếu nó không được hỗ trợ bởi những sự tập luyện khác chẳng hạn việc ban bố, luân lý học, sự kiên nhẫn và v.v…Việc thuần túy chỉ hiểu về tính vô ngã không đủ để đánh bại những cảm xúc quấy rối.

Vì vậy, thật quan trọng để triển khai một sự tập luyện làm kết hợp một tinh thần bám trụ bình tĩnh với một sự nhìn thông suốt đặc biệt. Để mở mang sự nhìn thông suốt đặc biệt, quí vị trước nhất phải mở mang một tinh thần bám trụ một cách bình tĩnh. VIệc bám trụ bình tĩnh là sự thiền nhất quán điểm, ở đó một sự nhìn thông suốt đặc biệt nói đến sự thức tỉnh không có sự phân chia. Xuyên qua sự kết hợp hai điều này, quí vị sẽ có thể tham dự vào một sự tập luyện đầy trái quả cả về phương pháp và trí khôn.

Sau khi sản xuất tinh thần thức tỉnh qui ước về tính giác ngộ bodhichitta, hãy cố gắng hết mình để triển khai tinh thần thức tỉnh tối hậu về tính giác ngộ bodhichitta. Tính giác ngộ bodhichitta tối hậu thì siêu việt và được tự do khỏi tất cả mọi sự giải thích. Nó thật một cách tuyệt đối rõ ràng, sự vật của tính tối hậu, không bị rỉ sét, không rung rinh, như ngọn đèn bằng dà bơ không bị quấy rối bởi gió thổi.

Như tôi đã giải thích trước đây, tính giác ngộ qui ước nói về tính giác ngộ đầy khao khát. Cái gì là tính giác ngộ bodhichitta tối hậu? Cái gì là siêu việt và cái gì là trần thế? Có nhiều sự giải thích khác nhau. Tất cả những cấp bộ đặc thù của một sinh linh bình tường được biết như là trần tục và tất cả những cấp bộ tinh thần của một sinh linh cao siêu, hoặc Arya, được biết như là siêu việt hoặc siêu trần thế. Quí vị thực hiện cấp bộ siêu việt khi quí vị đạt được con đường của việc thấy lần đầu tiên. Điều này có nghĩa rằng quí vị đã nhận thức được tính trống rỗng một cách trực tiếp, mặc dù nó có thể một cách thuần túy hiểu được tính trống rỗng trước khi đạt được con đường của việc thấy.

Bài này, *Những Cấp Bộ của Sự Thiền*, thuộc về trường phái *Trung Đạo TỰ Mãn Thiền, Yogachara Svatantrika Madhyamida (Yogic Autonomy Middle Way)*, vì vậy khi tôi giải thích nhiều điểm đã được nêu rõ trong bài văn, tôi sẽ giải thích như vậy theo hệ thống Madhyamika, nhưng tôi sẽ giải bày rõ ràng theo truyền thống *Trung Đạo Tự Mãn Chủ Nghĩa, Prasanggika Madhyamika (Middle Way Consequentialist.)*

Có nhiều Aryas, hoặc siêu nhân, giữa những người tu luyện được biết là Thính Giả (Hearers) và Những Kẻ Nhận Thức Đơn Độc (Solitary Reaalizers) là những người nhận thức được tính trống rỗng. Nhưng một siêu nhân Arya của con đường Bồ Tát Bodhisattva nhận thức tính trống rỗng một cách trực tiếp bởi vì người ấy được giúp đỡ bởi sự tập luyện uyên thâm về phương pháp. Một sự khôn ngoan như thế một cách trực tiếp nhận thức tính trống rỗng có hành động như một sự chống lại với những cảm xúc quấy rối đặc thù. Khi chúng ta nói về Tứ Chân Quí, hayTứ Diệu Đế (Four Noble Truths), con đường chân thật một cách thật sự nói về sự khôn ngoan nhận thức tính trống rỗng được tìm thấy trong sự liên tục tinh thần của một siêu nhân, hoặc Arya. Tính giác ngộ bodhichitta tối hậu này còn được nói là được tự do về tất cả mọi sự giải thích một cách đặc biệt trong khuôn khổ của nhiều loại khác nhauveà tính trống rỗng, chẳng hạn như mười sáu tính trống rỗng,hai mươi tính trống rỗng,hai tính trống rỗng và v.v…

Mặc dầu có nhiều thứ loại về tính trống rỗng cũng như có nhiều thứ loại hiện tượng, khi quí vị nhận thức tính trống rỗng của một hiện tượng đặc thù, quí vị cũng nhận thức tính trống rỗng của tất cả các hiện tượng. Cái thiên tính tối hậu, hoặc tính trống rỗng, của tất cả các hiện tượng có vị bằng nhau và cùng thiên tính không phân biệt. Dù vậy thiên nhiên tính của tính trống rỗng cuù6t cả các hiện tượng đều giống nhau, và tất cả những khía cạnh khác nhau của những hiện tượng, chẳng hạn như dù nó tốt hay xấu, hoặc cách thức chúng thay đổi, trồi lên từ cái khối cầu của tính trống rỗng, quí vị nên hiểu biết rằng tính trống rỗng không thể được tìm thấy bên ngoài sự vật chủ động hoặc sự vật khách quan.

Tính trống rỗng được nói đến như là sự hiện hữu của một sự vật được tự do khỏi sự tồn tại nguyên bản. Các sự vật lệ thuộc vào các nguyên nhân và các điều kiện. Chính sự lệ thuộc này vào các nguyên nhân và các điều kiện báo hiệu rằng các hiện tượng thyieáu sự tồn tại, độc lập, hoặc có tính nguyên bản. Nó cũng biểu diễn làm thế nào những khía cạnh trái nghịch nhau của các sự vật mà chúng ta kinh nghiệm trỗi dậy bởi vì chúng trống rỗng theo thiên nhiên. Khi chúng ta nói về tính trống rỗng, chúng ta không đương đầu với những khía cạnh khác nhau, chúng ta đương đầu với trạng thái tối hậu của hiện tượng. Chính vì từ phối cảnh này rằng tình trạng của tính trống rỗng được nói đến như là được tự do khỏi mọi sự giải thích. Nó còn được giải thích rằng tính trống rỗng không bị nhiễm độc, như câu về sự kính trọng trong tập *Trí Khôn Căn Bản* của Nagarjuna nói rõ ràng:

Con xin đê đầu cung kính dâng lên đáng hiện hữu tuyệt luân ấy
Giữa các vị Phật Buddhas, những vị đề cử việc giáo hóa
Những vị dạy rằng tất cả sự vật đến trong sự lệ thuộc
Và rằng không có sự ngưng đọng, không sự sinh
Không có sự hủy diệt, không có sự vĩnh cửu đời đời
Không đến, không đi,
Không có nghĩa riêng biệt và không có sự giống nhau
Hoàn toàn tự do khỏi mọi giải thích, và một cách hoàn toàn thanh bình.

Tính trống rỗng và sự nổi dậy có lệ thuộc là hai mặt của cùng một đồng tiền xu. Từ phối cảnh của sự trỗi dậy có lệ thuộc, hoặc là phối cảnh có qui ước, các sự vật trỗi dậy, các sự vật có thể được sản xuất, và các sự vật ngưng đọng. Đoạn văiët nam tôi đã trích dẫn từ Trí Khôn Căn Bản có nghĩa rằng, các sự vật không được sản xuất, không ngưng đọng, không bị hủy diệt, chúng cũng chẳng vĩnh viễn trong cách thức độc lập nào.Trong khuôn khổ thời gian cũng chẳng có bất cứ một sự hủy diệt độc lập nào,cũng chẳng vĩnh viễn đời đời. Từ quan điểm của sự vật không có sự đi và đến độc lập. Nagarjuna đã mô tả tám loại giải thích, thí dụ việc sản xuất và việc ngưng động (chết) và làm sao chúng không xuất hiện một cách độc lập. Người ta nói rằng những Aryas, hoặc những sự hiện hữu siêu việt, sự cảm thức trực tiếp của trí khôn của họ không bị ô nhiễm, đã không thấy sự tồn tại độc lập của sự sản xuất hoặc sự ngưng động của những hiện tượng trồi dậy một cách lệ thuộc. Tinh thần của họ chỉ thấy sự thật tối hậu, tính trống rỗng, là điều được tự do khỏi mọi sự giải thích.

Thực trạng tối hậu, hoặc tính giác ngộ bodhichitta tối hậu, được mô tả một cách cực tuyệt rõ ràng. Nó được nói đến như là "tối hậu", bởi vì nó là sự vật của sự tham dự của một trí khôn tối hậu. Nó cũng còn được gọi là không bị rỉ sét, hoặc không rung động. Nói cách khác, trí khôn của một siêu nhân trong sự hấp thụ về thiền là một trí khôn mà nó là một sự tổng hợp của một tinh thần bám trụ một cách bình tĩnh và sự nhìn thông suốt đặc biệt. Một sự hỗn hợp như vậy được thức hiện bằng việc triển khai trước nhất sự bám trụ bình tĩnh. Một khi quí vị đạt được tính bền vững liên quan đến sự vật của cuộc điều tra quí vị có thể nhắm sự hiểu biết của quí vị lên trên nó mà không bị quấy rối bởi tính xả lỏng tinh thần và sự kích thích thú vị của những tư tưởng về khái niệm. Trí khôn như vậy được nói như là không rung động và được so sánh với một ngọn đèn thắp bằng bơ không bị quấy rối bởi cơn gió thoảng nhẹ.

Tính giác ngộ bodhichitta tối hậu này là siêu việt và được tự do khỏi mọi sự giải thích. Cách thức để thực hiện điều này được giải thích trong những dòng dưới đây:

Điều này được thực hiện xuyên qua tính quen thuộc liên tục và được kính trọng với việc yoga về sự thiền bám trụ bình tĩnh và sự nhìn thông suốt đặc biệt trên khoảng thời gian lâu dài. Tập sách Việc Bất Rối Loạn của Tư Tưởng Thuyết Pháp Tập *nói "Ôi Maitreya (những vị Phật kế ngài Buddha), người phải biết rằng tất cả những vị Dharmas (Thần Luật Vũ Trụ) đạo đức của những thính giả Hearers, những Bồ Tát*

Bodhisattvas, hoặc Tathagatas (những Buddhas), dù trần tục hoặc siêu việt, đều là trái quả của sự thiền bám trụ bình tĩnh và sự nhìn thông suốt đặc biệt."Bởi vì tất cả những loại tập trung có thể được bao gồm trong hai điều này, tất cả những người yoga phải luôn luôn tìm đến sự bám trụ bình tĩnh và sự nhìn thông suốt đặc biệt. Một lần nữa tập Việc Bất Rối Loạn của Tư Tưởng Thuyết Pháp Tập *nói, "Ngài Buddha đã nói nó phải được biết rằng các giáo lý của nhiều loại khác nhau về những sự tập trung được tìm thấy bởi các thính giả của nó, các vị Bồ Tát Bodhsattvas, và các vị Phật Tathagatas tất cả được chứa đựng trong sự thiền bám trụ bình tĩnh và sự nhìn thông suốt đặc biệt."*

Một tinh thần bám trụ bình tĩnh được nói đến như là một trạng thái tinh thần trong đó tinh thần của quí vị bám vào một sự vật do sự lựa chọn của quí vị và trong đó tinh thần không được lệch lạc hướng về những sự vật ngoại lai khác hơn là sự vật của sự chú ý tinh thần và việc thiền của quí vị. Tinh thần của quí vị giữ bền vững, được nhắm vào một sự vật, và được tự do khỏi tính lỏng lẻo và sự kích thích thú vị. Một tinh thần như vậy được nói đến như là một sự tập trung nhất quán điểm, và xuyên qua sự bền vững của nó, quí vị có thể thực hiện được nír6m chân phúc tinh thần. Sự nhìn thông suốt đặc biệt được nói đến như là việc đạt được sự nhìn thông suốt đặc biệt vào trong thực trạng tối hậu của sự vật trên đó tinh thần của quí vị được nhắm vào. Có hai loại sự nhìn thông suốt đặc biệt: trần tục và siêu việt. Có thể có những sự vật khác nhau tùy theo những thứ loại khác nhau của sự nhìn thông suốt đặc biệt, nhưng ở đây sự nhìn thông suốt đặc biệt được nói đến như là tinh thần nhắm vào tính trống rỗng.

Ngài Phật Thích Ca Mâu Ni Buddha Sakyamuni dạy hai loại tu tập, việc bám bình tĩnh và sự nhìn thông suốt đặc biệt, và chúng là những phương pháp duy nhất mà bởi chúng, quí vị có thể thực hiện tất cả những cấp bộ của sự tập trung. Vì vậy, bài vãieät nam nói rằng vì việc bám trụ bình tĩnh và sự nhìn thông suốt đặc biệt đều quan trọng bằng nhau, quí vị nên triển khai cả hai phẩm chất:

Những người tập yoga không thể loại trừ những sự cản trở tinh thần một cách thuần túy chỉ vì làm quen thuộc với chúng với sự thiền bám trụ bình tĩnh một mình. Nó sẽ chỉ đàn áp những cảm xúc làm quấy rối và sự lừa dối một cách tạm thời. Không có ánh sáng trí khôn, tiềm năng ngầm ngầm của những cảm xúc là quấy rối không thể bị hủy diệt hoàn toàn, và vì vậy sự hủy diệt hoàn toàn của chúng sẽ không thể nào được. Vì lý do này, tập sách Việc Bất Rối Loạn của Tư Tưởng Thuyết Pháp Tập *nói "Sự tập trung có thể đàn áp những cảm xúc quấy phá một cách thích hợp, và trí khôn có thể hoàn toàn hủy diệt tiềm năng ngấm ngầm của chúng."*

Một cách thuần túy thiền về bám trụ bình tĩnh sẽ không giúp ích cho quí vị loại trừ những sự gây trở ngại để đi đến sự giác ngộ và những cảm xúc quấy rầy. Ngay cả việc quí vị thực hiện sự thiền bám trụ bình tĩnh với điểm đối chiếu là tính trống rỗng, một mình nó không đủ để gỡ đi những sự trở ngại nếu nó không được ủng hộ bởi sự thực hành phố luyện về cái nhìn thông suốt đặc biệt.

Việc Bất Rối Loạn của Tư Tưởng Thuyết Pháp Tập cũng nói:

Ngay cả việc người thiền với sự tập trung nhất quán điểm

Người sẽ không hủy diệt được sự nhận thức sai lầm của cái-tôi

Và những cảm xúc quấy rối của người sẽ quấy nhiễu các người nữa

Điều này cũng giống như sự thiền nhất quán điểm của Udrak.

Sự thiền bám trụ bình tĩnh một mình sẽ không thể tháo gỡ những cảm xúc gây tổn thương và hủy diệt sự nhận thức sai lầm của cái-tôi. Những cảm xúc quấy rầy sẽ trỗi dậy trở lại và quấy rầy quí vị một lần nữa, như đã xẩy ra trong trường hợp vị thầy không phải Phật giáo đồ gọi là Udrak. Ông ta thiền về việc bám trụ bình tĩnh trong một thời gian lâu dài, trong cuộc thiền đó tóc của ông ta mọc rất dài. Trong khi ông ta được hoàn toàn hấp thụ sự tập trung nhất quán điểm, một số tóc của ông ta bị chuột ăn. Ngay khi ông ta tỉnh dậy từ việc thiền của ông và thấy con chuột ấy đã ăn tóc của ông ta, ông ta trở nên tức giận và vì vậy những cảm xúc quấy rầy của ông ta trở lại. Mặc dầu thiền nhất quán điểm, chúng trở lại sau khi ông trỗi dậy từ việc thiền của ông ta một cách rõ ràng cho thấy việc thiền bám trụ bình tĩnh một mình không mang lại một sự chấm dứt với những cảm xúc quấy rầy.

Khi tính vô ngã của những hiện tượng được khảo sát một cách đặc biệt;

Và những việc thiền đã được thực hiện trên căn bản của sự phân tích ấy

Đó là nguyên nhân của sự giải thoát có kết quả

Không một nguyên nhân nào khác có thể mang lại sự thanh bình.

Như vậy, một cách đặc biệt khảo nghiệm tính vô ngã của những hiện tượng có nghĩa rằng bằng cách tận dụng sự quán xuyến một cách đặc biệt, hoặc sự ý thức có kỳ thị, chúng ta có thể được giải thoát. Chúng ta không thể tận dụng một kỹ thuật nào khác để thực sự giải phóng hoặc niết bàn nirvana.

Còn tập Bodhisattva Section nói, "Đối với ai chưa từng nghe những bài giáo lý khác nhau này, tập Sưu Tập Bồ Tát Bodhisattva và cũng chưa nghe những bài dạy được thực hành về Kỷ Luật Tu Viện, những ai nghĩ rằng việc tập trung nhất quán điểm là đủ, sẽ rơi vào trong một cái hố của sự bướng bỉnh vì tự cao. Do như vậy, họ không thể đạt được sự cởi trói hoàn toàn khỏi sự tái sinh, tuổi già, bệnh tật, sự chết, sự đau đớn, sự rên rỉ, sự khổ sở, sự bất hạnh tinh thần, và sự quấy rối. Họ cũng chẳng đạt được sự giải thoát hoàn toàn từ chu kỳ của sáu trạng thái tồn tại, cũng chẳng nhảy qua sự chịu đựng tinh thần và sự kết tập thể chất. Bằng cách giữ việc này trong đầu óc, ngài Tathagata (Buddha) đã nói rằng việc nghe là những bài dạy sẽ giúp người đạt được sự giải thoát khỏi tuổi già và sự chết.

Vì vậy, quí vị nên lắng nghe những lời giải thích về ý nghĩa của tính-như-vậy và rồi thiền về nó, và điều đó sẽ giúp quí vị đạt được sự giải thoát khỏi sự khổ đau.

Vì những lý do này, những ai ước muốn để đạt được trí khôn siêu việt được tinh khiết hóa một cách hoàn toàn bằng cách loại trừ tất cả những sự trở ngại nên thiền về trí khôn trong khi tiếp tục giữ việc thiền bám trụ bình tĩnh.

CHƯƠNG 6

TRÍ KHÔN

Theo truyền thống Phật giáo, sự hữu thực của một chế độ về triết lý được quyết định bởi việc lý luận hữu ký. Ngài Buddha rất rõ ràng tuyên bố:

Các tăng và các học giả nên khảo sát những lời nói của tôi

Theo cách thức mà người thợ vàng trắc nghiệm vàng bằng cách đốt lên, cắt ra, và mài dũa

Chỉ rồi sau đó lời nói của tôi mới được chấp nhận,

Không phải do từ sự kính trọng vì tôi.

Vì vậy, trong tiến trình thiết lập những hình tượng nội tâm, và ngoại lai, chúng ta phải tin cậy vào việc lý luận. Không có sự cần thiết phải tin một mình vào thẩm quyền của thánh thư. Điều gì được dạy trong bài vở của thánh thư có thể được phân tích trong ánh sáng của sự lý luận, và sự hữu thực về những nội dung của chúng có thể được thiết lập. Những lời nói của chính ngài Buddha được mở ra để khảo nghiệm. Một trong những nét tuyệt vời nhất của văn hóa Phật giáo là người tu luyện có quyền để khảo sát những lời dạy. Những lời nói của những vị thầy dạy cũng có thể được khảo sát.

Phương pháp Phật giáo tiến đến kiến thức tương tự như phương pháp của khoa học hiện đại,. Khởi đầu quí vị không phải làm bất cứ một lời tuyên bố xác quyết nào về một vấn đề của sự tranh luận, nhưng khảo sát vấn đề một cách khách quan. Kết quả phải được quyết định qua sự phân tích, việc khảo sát dữ kiện với sự lý luận. Trong tổng quát, Phật giáo có một sự lưu ý cao về việc lý luận hữu lý.

Thật quan trọng để thiết lập nền ta3ngm đường đi và kết quả. Nền tảng ở đây nói về sự kiện hoặc thực trạng của các hiện tượng. Chúng ta đi theo con đường tinh thần được đặt nền tảng trên sự kiện ấy và thực hiện kết quả. Sự tu kluyeän tinh thần không phải thuần túy một sự thêu dệt của tinh thần, nhưng là một cái gì thật sự tồn tại. Nếu căn bản của sự tu kluyeän tinh thần chỉ thuần túy là một sự bịa đặt của trí tưởng tượng, nó không có nền tảng để thay đổi và chuyển hóa tinh thần của chúng ta xuyên qua sự tu luyện của con đường đi. Hậu quả, sự giải thoát và v.v… không thể được giải thích như là một kết quả.

Trạng thái có kết quả của một vị Phật Buddha được ban cấp bởi nhiều phẩm chất lớn. Những phẩm chất này được sản xuất bằng cách triển khai những nguyên nhân và những điều kiện thích đáng và bằng cách tham dự vào việc tu luyện con đường đi tinh thần. Mười sức mạnh và những sự đóng góp của một vị Phật Buddha được mở mang trong thời hạn đến chín mùi bởi vì những cá nhân có tiềm năng để sản xuất những phẩm chất như vậy. Nói một cách tổng quát, không gì có thể được sản xuất mà không có một cái đáy, hoặc nền tảng. Nó sẽ vô lý để cho rằng việc tham dự vào con đường được tổng hợp của phương tiện khéo léo và trí khôn trên nền tảng của sự ý thức có thể sản xuất sự toàn thức.

Việc thiết lập nền móng là một bước tối cần thiết. Nó

phân biệt điều gì tồn tại từ thuần túy một sự thêu dệt. Nó đối chiếu với sự nhận diện thích đáng về các luật của thiên nhiên và thực trạng. Vì vậy, để thiết lập thiên nhiên tính thật sự của nền móng, nó thật quan trọng để được khách quan.

Có nhiều sự diễn dịch khác nhau về giáo lý thuộc thánh thư của ngài Buddha bởi các đệ tử của ngài. Khi một bài dạy về thánh thư không thể đứng vững với sự phân tích hợp lý, ý nghĩa của nó được diễn dịch trong khuôn khổ của ba tính chất: ý định, mục đích, và sự trái nghịch. Thí dụ, nếu một tập thuyết đương đầu với trạng thái tối hậu nhưng dưới sự phân tích cái nghĩa trên mặt được tìm thấy là sai, nó được diễn dịch theo ý định và mục đích đối với nó đã được dạy. Một cách tương tự, khi những khía cạnh đó về tính vô ngã bị mơ hồ được tìm thấy là sai xuyên qua sự khảo sát bởi luận lý có suy luận, không có sự cần thiết để chấp nhận chúng. Vào thời đại ngày nay, mặt trời và mặt trăng, cùng với độ lớn của chúng, khoảng cách của chúng từ trái đất, và những chuyển động của chúng, đã trở nên hiển nhiên với chúng ta. Như vậy, một văn bản thánh thư mô tả những sự việc hiển nhiên trong những cách thức trái nghịch với sự nhận thức trực tiếp hữu thực của chúng, chúng ta không còn chấp nhận chúng là đúng. Tổng quát, Phật giáo và khoa học đảm nhận những phương pháp tương tự đối với những sự vật như vậy.

Giáo lý Phật giáo được trình bày trong khuôn khổ của nền móng tinh thần, đường đi và trái quả. Trái quả liên hệ nhiều phẩm chất tốt mà người tu tập tuyên bố khi họ đ5at được Phật tính. Để thực hiện những phẩm chất đó, quí vị cần sản xuất những nguyên nhân và điều kiện đúng. Tiến trình này bao gồm một sự tu luyện tinh thần được kết hợp. Thật quan trọng để biết rằng mỗi người trong chúng ta có tiềm năng để mở mang mười sức mạnh và những phẩm chất tuyệt vời khác của ngài Buddha. Tiềm năng này là bẩm sinh trong sự liên tục của sự ý thức của chúng ta.

Nói một cách tổng quát, không gì có thể được sản xuất ra mà không có nền tảng căn bản thích hợp. Cũng như thật vô lý để nói rằng sỏi đá và núi non có thể đạt sự toàn thức bằng cách tu luyện tinh thần, nó thật rõ ràng rằng những ai làm sở hữu chủ sự ý thức có thể đạt được sự toàn thức.

Nền tảng căn bản tinh thần trong trường hợp này nói đến thiên nhiên tính nguyên bản của tinh thần có tiềm năng để thức tỉnh vào trong trạng thái của sự giác ngộ hoàn toàn. Con đường tinh thần gồm nhiều khía cạnh của phương pháp và trí khôn, nó có nghĩa rằng một người tu luyện kết tụ công đức và sự nhìn thông suốt và vì vậy vượt quá để đi vào trong Phật tính Buddhahood. Thật là thiết yếu để hiểu những điều căn bản này của triết lý Phật giáo. Chúng không phải là những điều bày đặt do trí tưởng tượng của một người nào nhưng phù hợp với thực trạng. Nếu chúng là thuần túy những sự vật do sự tưởng tượng, không cần biết quí vị cố gắng bao nhiêu, quí vị sẽ không đạt được một sự tiến bội nào về con đường đi. Quí vị sẽ không đạt được một kết quả nào và sẽ không có thể giải thích làm thế nào để đạt được sự giải thoát. Quí vị phải cởi mở và vô tư trong việc khảo sát những nguyên tắc căn bản này. Nếu quí vị đã nhận thức được những ý tưởng bị ảnh hưởng bởi những quan điểm triết lý khác, quí vị sẽ tìm thấy khó khăn để thưởng thức những nguyên tắc này một cách khách quan.

Chúng ta phải khảo sát và phân tích những câu hỏi và chấp nhận những kết quả tìm thấy được mà chúng hợp lý. Có thể có những vật chất truyền thống Phật giáo đã có một sự giải thích mà khoa học chưa hề khám phá được, và vì vậy không có gì để nói về chúng. Nhưng khi chúng ta đang đương đầu với những dữ kiện được chứng minh một cách khoa học, chúng ta phải không được giáo điều về điều đã được giải thích trong văn tự của chúng ta. Như tôi đã nói trước đây, bài này đương đầu một cách chính yếu với hai sự thật như là nền tảng căn bản, sự tập luyện về phương pháp và trí khôn như là con đường tinh thần, và những sự đạt được trí khôn và cơ thể vật chất của một sinh linh được giác ngộ do kết quả của nó.

Đối với những ai ước mong đạt được trí khôn siêu việt mà nó đã hoàn toàn được tự do khỏi tất cả những sự mờ tối phải thiền về trí khôn trong khi bám trụ vào sự tập trung tư tưởng nhất quán điểm.

Tập sách Cái Đống về Thuyết Pháp Tập Các Viên Ngọc *nói, "Sự tập trungnhất quán điểm được thực hiện bằng cách bám vào luân lý đạo đức. Với sự thành đạt về sự tập trung nhất quán điểm, người hãy thiền về trí khôn. Trí khôn giúp người đạt được sự thức tỉnh ròng nguyên thủy. Xuyên qua sự thức tỉnh ròng nguyên thủy hành vi đạo đức của quí vị được hoàn hảo hóa.*

Để hoàn thành những mục đích vì tha nhân và cho chính chúng ta, tất cả những sự làm mờ tối phải được loại trừ. Những ai có ý định để nhận thức hóa được trí khôn siêu việt theo một cách như vậy thì phải đầu tiên tu tập việc thiền bám trụ bình tĩnh. Một tu tập viên đã có khả năng để phân tích các hiện tượng với trí khôn nhận thức hóa cái tính-như-thế trong khi việc tham dự vào sự thiền bám trụ bình ti4nhh có thể sản xuất ra sự nhìn thông suốt đặc biệt.

Nói về sự tu luyện, ba việc huấn luyện được trình bày theo một thứ tự xác định.

Hãy để cho tôi giải thích.

Bài văn đọc, "Trí không giúp quí vị đạt được sự ý thức ròng nguyên thủy." Một sự toàn thức siêu việt hoàn toàn có khả năng để loại bỏ những sự làm mờ ám song hành với cái hạt của chúng. Trí khôn nhận thức sự thật theo qui ước, dù có đầy sức mạnh, không có khả năng đó. Vì thế chúng ta có thể kết luận để làm được như vậy, nó phải là một trí khôn nhận thức hóa được sự thật tối hậu. Trong khuôn khổ này, trí khôn siêu việt hoàn toàn nói đến sự toàn thức. Và để đạt được sự toàn thức, những sự làm mờ ám đối với việc giải thoát, hoặc những cảm xúc quấy rầy, và những sự làm mờ ám đối với kiến thức, phải được loại bỏ. Trí khôn một mình là kẻ đối nghịch trực tiếp giúp chúng ta loại bỏ hai sự làm mờ ám và những cái hạt của chúng hoặc những khả năng ngấm ngầm. Cũng chẳng phải kỷ luật đạo đức, cũng chẳng phải sự tập trung nhất quán điểm có thể đương đầu với chúng một cách trực tiếp. Trí khôn ở đây nói đến trí khôn được hấp thụ từ việc thiền, không phải trí khôn được hấp thụ từ việc lắng nghevaø thưởng ngoại. Vì vậy, để thực tế hóa sự nhìn thông suốt đặc biệt nhận thức hóa thực trạng tối hậu, quí vị trước nhất phải trở nên có năng lực trong việc thiền bám trụ bình tĩnh. Bởi vì sự tập trung nhất quán điểm này là một tư tưởng dương tính, tính cùn lủn tinh thần sâu đậm và sự thích thú phải được từ bỏ. Để từ bỏ những sai quấy này, quí vị trước nhất phải huấn luyện trong sự tập luyện về kỷ luật đạo đức.

Tập sách Sự Thiền về Niềm Tin trong Thuyết Pháp Tập Mahayana *nói,* "*Hỡi đứa con trong gia đình quí phái, nếu người không bám trụ vào trí khôn, tôi không thể nói làm thế nào người sẽ có niềm tin vào Mahayana về các Bồ Tát Bodhisattvas hoặc làm sao người sẽ tiến lên vào trong Mahayana.*"

Điều này nói đến việc sản xuất niềm tin, hoặc sự quyết ý đến từ kiến thức. Ngoại trừ "đưa con của gia đình quí phái", hoặc là nột người tu luyện, có khả năng mở mang cái trí khôn của sự nhìn thông suốt đặc biệt, việc sản xuất niềm tin đặt nền tảng vào kiến thức là sự bất khả thi. Lẽ dĩ nhiên, một người có thể có niềm tin dâng hiến, khi họ mở mang niềm tin như là kết quả của một sự quán xuyến thực trạng tối hậu, nó được trợ giúp bởi sự lý luận và kiến thức.Thí dụ,sự từ bỏ chân thật có thể được mở mang khi hệ thống của sự giải thoát được thông hiểu một cách thích hợp. Cá nhân đó đạt được sự chắc chắn, mà trong tổng quát, việc giải phóng là khả thi và là một điều gì mà nó có thể được mở mang trong dòng nước của sự ý thức của chúng ta. Một ý nghĩa như vậy về sự từ bỏ nhất định có nhiều phẩm chất đặc biệt. Cũng tương tự, sức mạnh của việc đi tìm sự trú ẩn của chúng ta cải thiện khi chúng ta thanh lọc kiến thức của chúng ta về tính trống rỗng.

"Hỡi đứa con của gia đình quí phái, người nên biết rằng điều này như vậy là bởi niềm tin của các Bồ Tát Bodhisattvas trong Mahayana và việc tiến tới Mahayana xuất hiện như là kết quả của việc thưởng ngoạn luật trật tự Dharma hoàn hảo và thực trạng với một tinh thần tự do khỏi bị lệch lạc."

Đây một cách rõ ràng cho thấy một sự cần thiết để mở mang trí khôn để khảo sát thực trạng tối hậu và qui ước một cách nhất quán điểm để giúp cho người tu luyện đạt được sự quyết ý và niềm tin chắc chắn trong nền tảng tinh thần, con đường đi và kết quả đã được dạy trong Mahayana.

Tinh thần của người tập yoga sẽ bị lệch lạc hướng về những sự vật khác nhau nếu người ấy chỉ triển khai sự nhìn thông suốt đặc biệt mà không mở mang một tinh thần bám trụ bình tĩnh. Nó sẽ không được bền vững, như một ngọn đèn dầu trong gió. Vì tính trong sáng của sự ý thức nguyên thủy, hai điều này (sự thông suốt đặc biệt và tinh thần bám trụ bình tĩnh)phải được triển khai bằng nhau. Vì vậy, tập sách Tập Thuyết Pháp về Sự Vĩ Đại và Sự Siêu Việt Hoàn Toàn về Sự Khổ Đau *nói: "Các vị thính giả không thể nhìn thấy thiên nhiên tính Buddha bởi vì sự hấp thụ nhất quán điểm mạnh hơn và trí khôn yếu hơn."*

Nếu điều này được diễn dịch trong ý nghĩa của những hệ thống triết lý cho rằng những tín đồ đi theo con đường của những Thính Giả và Những Người Nhận Thức Đơn Độc không nhận thức được tính vô ngã, hoặc tính trống rỗng, của các hiện tượng, người ta nói họ không thấy thiên nhiên tính của Buddha với trí khôn phân tích thực trạng. Điều này như thế bởi vì sự tập trung có sức mạnh nhiều hơn trí khôn của họ. Nếu điều này được diễn dịch theo nghĩa Arya, hoặc các siêu nhân, giữa những Thính Giả và Những Người Nhận Thức Đơn Độc, là những người giống như Mahayana Aryas trong việc nhận thức tính trống rỗng, rồi việc cho rằng các Thính Giả không thấy thiên nhiên tính Buddha có nghĩa rằng sự nhận thức của họ về tính thiên nhiên của tinh thần bị ô nhiễm không được đặt nền tảng vào việc ứng dụng một số lớn khác nhau về lý luận và sự luận lý. Điều này như thế này là bởi vì việc tập trung nhất quán điểm thì mạnh và trí khôn thì yếu.

"Các Bồ Tát Bodhisattvas có thể thấy nó, nhưng không được rõ ràng, bởi vì sự không ngoan của họ và sự tập trung nhất quán điểm của họ yếu hơn. Trong khi đó các vị Phật Tathagatas có thể thấy tất cả, bởi vì các vị này làm chủ một tinh thần bám trụ bình tĩnh và một sự nhìn thông suốt đặc biệt vào một mức độ ngang bằng nhau."

Điều này khó, có phải vậy không? Nhưng chúng ta có thể cho một vài sự diễn dịch. Trước nhất, tôi nghĩ rằng tác giả có ý muốn nói ở đây rằng ngay cả các Bồ Tát đã trực tiếp quán xuyến về tính-như-thế, họ nhận thức được tính-như-thế một cách trực tiếp chỉ trong suốt thời gian của sự hấp thụ thiền, không phải trong suốt giai đoạn hậu thiền. Tuy nhiên, đối với các vị Phật, sự nhận thức tính-như-thế đều hoàn toàn và đầy đủ. Vì vậy, họ có sự nhận thức trực tiếp về tính-như-thế tại mọi điểm thời gian không cần biết liệu họ đang thiền hay không.

Thứ hai, câu này có thể có ý nghĩa rằng ngay cả các vị Bồ Tát trực tiếp nhận biết tính-như-thế của tinh thần, họ không nhận thức nó một cách rõ ràng. Sở dĩ như vậy là vì tiềm năng ngấm ngầm của những sự làm ô uế tinh thần, là những việc mà họ chưa trừ bỏ. Mặt khác, các vị Phật đã hoàn toàn và đầy đủ được tự do khỏi những sự làm ô uế nhẹ nhất và đã loại trừ tiềm năng ngấm ngầm một cách hoàn toàn. Kiến thức của họ về tính-như-thế thật là tuyệt diệu.

Vì sức mạnh của sự thiền bám trụ bình tĩnh, tinh thần sẽ không bị khuấy rối bởi cơn gió của những tư tưởng về ý niệm, giống như ngọn đèn dầu không bị quấy động bởi cơn gió thoảng. Sự nhìn thông suốt đặc biệt loại bỏ mọi sự rỉ sét của quan điểm sai lầm, vì vậy quí vị sẽ không bị ảnh hưởng bởi (quan điểm) của tha nhân. Tập Thuyết Pháp Ngọn Đèn Ánh Trăng *nói: "Do bởi sức mạnh của sự thiền bám trụ bình tĩnh, tinh thần sẽ trở nên bất lay động, và với cái nhìn thông suốt đặc biệt nó sẽ trở nên như một ngọn núi." Vì vậy, hãy duy trì việc tập luyện cả hai chúng nó.*

Điều này cho thấy những tính chất, hoặc ý nghĩa của sự thiền bám trụ bình tĩnh và sự nhìn thông suốt xuyên phá. Việc bám trụ bình tĩnh là một phẩm chất của tinh thần mà nó chăm chú một cách nhất quán điểm vào sự vật của nó, được tự do khỏi tất cả những sự lôi cuốn nội tâm và ngoại lai. Tinh thần này không nhắm vào bất cứ một vật nào ngoại trừ sự vật của sự tập trung của nó. Bởi vì nó được tự do khỏi bất cứ một tính cùn lủn tinh thần nào, sự vật được nhận thức với tính trong sáng nhiều nhất. Việc mở mang được kéo dài về một tinh thần nhất quán điểm như vậy mang lại kết quả trong sự tối đại phúc của tính mềm dẻo tinh thần và thể chất. Và khi một sự tập trung nhất quán điểm như vậy được liên kết với tính đại phúc, nó được phân định tính chất như là sự thiền bám trụ bình tĩnh. Sự nhìn thông suốt đặc biệt là một trí khôn nhận thức được tính trống rỗng nối liền với sự đại phúc tinh thần và thể chất.

Sự đại phúc này được chiết từ trí khôn có phân tích, nó khảo sát cái thực trạng về sự vật của nó lập đi lập lại nhiều lần, được đặt nền tảng trên sự đại phúc của sự thiền bám trụ bình tĩnh.

Sự thông suốt này không giữ được sự thỏa mãn với sự chuyển dịch thuần túy của tinh thần trên sự vật của nó. Dù bất cứ sự vật gì, dù có lo nghĩ đến thực trạng tối hậu hoặc qui ước, nó được khảo sát một cách kỹ lưỡng bởi trí khôn có phân tích.

CHƯƠNG 7

CÁC TIỀN NHU CẦU CHO VIỆC THIỀN VỀ VIỆC BÁM TRỤ BÌNH TĨNH
và
SỰ NHÌN THÔNG SUỐT ĐẶC BIỆT

Làm thế nào để sự thiền bám trụ bình tĩnh và sự nhìn thông suốt đặc biệt được tập trung với nhau?

Khởi đầu người tập yoga phải sưu tầm những tiền nhu cầu có thể giúp cho họ trong việc thực thi hóa việc thiền bám trụ bình tĩnh và sự nhìn thông suốt đặc biệt một cách nhanh chóng và dễ dàng.

Thật rõ ràng rằng những người tu tập cần phải tin cậy vào các tiền nhu cầu này để đạt được những sự nhận thức tinh thần.

Những tiến nhu cầu cần thiết cho việc mở mang sự thiền bám trụ bình tĩnh là : sống trong một môi trường có tiếp xúc, giới hạn những sự ao ước muốn và tập tính bằng lòng, không bị lôi cuốn vào trong quá nhiều hoạt động, duy trì luân lý đạo đức tinh khiết, và hoàn toàn loại bỏ sự hệ lụy và tất cả những loại khác về những tư tưởng về khái niệm.

Kamalashila giải thích kế tiếp thế nào là ý nghĩa của moi trường tiếp xúc, hoặc ưu đãi.

Một môi trường có tiếp xúc nên được biết bởi năm tính chất này: cuyng cấp việc tới lui dễ dàng với thức phẩm và áo quần, được tự do khỏi bạn bè xấu và kẻ thù, không bệnh tật, có bằng hữu tốt duy trì luân lý đạo đức và là những người chia xẻ cùng quan điểm, và được thăm viếng bởi một số ít người và ít sự ồn ào vào ban đêm.

Việc giới hạn những ước muốn nói đến việc không bị dính líu với quá nhiều áo quần hoặc quá nhiều áo quần tốt, chẳng hạn như áo choàng về tôn giáo và v.v... Việc tu tập tính bằng lòng có nghĩa rằng luôn luôn được thỏa mãn với mọi sự vật ít ỏi, giống như áo quần thấp kém về tôn giáo và v.v... Không được tham dự nhiều hoạt động thông thường như công thương vụ, tránh quá nhiều hội hè thân mật với người chủ nhà và các tu sĩ, và hoàn toàn từ bỏ việc xử dụng thuốc men và tướng số.

Việc giao tế trong bài này nói đến sự kết bạn và nói nhảm không có mục đích. Đối với những người có thể thiền với nhiều sự tập trung, các việc xử dụng thuốc men và tướng số trở nên những cản trở. Vì vậy, trừ phi có những lý do đặc biệt không thể làm gì hơn, những tu tập viên được chỉ thị tránh những sự đeo đuổi trần tục này.

Ngay cả trong trường hợp lời phát biểu về những lời thề của Những Thính Giả không thể được phục hồi, nếu có sự hối tiếc và một sự ý thức về ý định không lập lại nó, và một sự ý thức về sự thiếu của một sự nhận diện chân thật về tinh thần mà nó đã thực hiện một hành động, hoặc sự quen thuộc với việc thiếu sự nhận diện chân thật của tất cả các hiện tượng, đạo đức của người ấy có thể được nói là tinh khiết. Điều này phải được hiểu biết từ **Tập Thuyết Pháp Về Việc Loại Bỏ** *về*

Sự Hối Tiếc của Ajatashatru. Người phải vượt qua sự hối tiếc và nên làm một dự cố gắng đặc biệt trong việc thiền.

Hai loại luân lý đạo đức nói đến những lời thề về sự giải thoát cá nhân và lời thề của vị Bồ Tát. Nó cũng có thể có nghĩa những lời thề của những người được đăng quang và những lời thề của cư sĩ.

Đoạn văn sau đây đương đầu với sự vô dụng về sự ước muốn và sự cần thiết để tự tránh xa khỏi những hoạt động trần tục. Đến nơi cuối này thật quan trọng để bỏ vất hết tất cả những sự nhận thức sai lầm.

Việc có nhiều sự chú ý về nhiều sự thiếu sót khác nhau của sự hệ lụy trong cuộc đời này và những cuộc đời khác trong tương lai giúp loại bỏ những nhận thức sai lầm trong sự chú ý này. Một số nét chung về các sự vật đẹp và xấu trong chu kỳ của sự tồn tại tất cả đều không bền và phải bị tan rã. Không có gì đáng nghi ngờ rằng người sẽ bị tách rời khỏi những sự vật này mà không bị tan biến dần. Cho nên, hãy thiền về lý do tại sao người quá bị lệ thuộc vào những sự việc này và bỏ vất đi tất cả những sự nhận thức sai lầm.

Điều gì là những tiền nhu cầu của sự nhìn thông suốt đặc biệt? CHúng ta tin cậy vào những người thánh thượng, một cách nghiêm trọng sưu tầm sự huấn thị tối đa, và sự chiêm nghiệm thích đáng.

Trong khuôn khổ này, sự chiêm nghiệm có liên hệ đến sự thiền cả hai về thực trạng tối hậu và qui ước. Bây giờ bài này giải thích các tính chất về một sự hướng dẫn tinh thần.

Loại người thánh thượng nào người nên trông cậy vào? Là người mà đã từng nghe nhiều (bài dạy), là người có khả năng diễn tả về họ một cách rõ ràng, là người mà họ được ban phú với lòng từ bi, và có thể chịu đựng sự khó khăn.

Sự diễn tả rõ ràng có nghĩa ăn nói khéo léo, nhưng không có lòng từ bi nó không thể đi xa nhiều. Khi lòng từ bi thiếu, ngay cả việc học nhiều cũng chỉ ít có hữu dụng. Để cho một vị thầy có nhiều hiệu quả và nhiều sản phẩm trong tiến trình của việc dạy, lòng từ bi, hoặc trái tim nhân đạo, được giải thích ở đây như là cái phẩm chất tối hậu nhất. Có những sự thiếu sót trong việc dạy dỗ, thí dụ bị mệt mỏi vì giải thích cho học viên. Cho nên sự tha thứ và tính kiên nhẫn để đương đầu với những sự khó khăn đều cũng quan trọng.

Ý nghĩa gì trong việc sưu tầm nghiêm trọng sự chỉ dẫn tận tụy? Đó là lắng tai nghe một cách nghiêm trọng với sự kính trọng về định nghĩa và có tính cách quyết định và có thể giải thích được trong mười hai nhánh của những bài dạy của Buddha. Bài *Việc Không Thay Đổi của Tư Tưởng Thuyết Pháp Tập* nói: *"VIệc không lắng nghe các bài dạy của các siêu nhân như người ước muốn là một sự trở ngại cho sự nhìn thông suốt đặc biệt."* CÙng bài thuyết pháp ấy nói, *"Sự nhìn thông suốt đặc biệt trỗi dậy từ việc học hỏi và chiêm nghiệm."* Bài *Những Câu Hỏi của Narayana Thuyết Pháp Tập* nói, *"Qua kinh nghiệm của việc lắng nghe (đến các bài dạy) người đạt được sự khôn ngoan, và với sự khôn ngoan những cảm xúc quấy rầy được hoàn toàn làm thanh bình."*

Đoạn văn trên đây giải thích một cách liên tục và rõ ràng những lợi điểm của việc thu đạt một kiến thức rộng lớn bằng cách lắng nghe và chiêm nghiệm. Bài này đặc biệt nói về giá trị của kiến thức phong phú và đa diện của những bài dạy tinh thần.

Ý nghĩa gì về sự chiêm nghiệm thích đáng? Đó là việc thiết lập các bài thuyết pháp một cách thích đáng có thể diễn dịch và có tính cách quyết định. Khi các vị Bồ Tát không còn gì để nghi ngờ, hó thể thiền nhất quán điểm. Nếu không, sự nghi ngờ và sự không quyết định sẽ làm trở ngại cho họ, họ sẽ *giống như một người tại ngã tư đường không chắc chắn con đường nào để theo.*

Bất cứ những gì quí vị đã nghe, thật quan trọng để làm cho chắc chắn bằng phương tiện của sự chiêm nghiệm. Nếu không quí vị chỉ giống như người không có quyết định tại ngã tư đường. Sự không quyết định và sự nghi ngờ một cách tự nhiên làm cản trở hiệu năng của quí vị trong việc giảng dạy và giải thích cho học viên.

Trong đoạn văn trên đây, nội dung nói về các tập thuyết pháp có tính cách quyết định và có thể diễn dịch được. Điều gì là ý nghĩa của những bài dạy có tính cách quyết định và có thể diễn dịch được? Cái gì là những thuyết pháp có tính cách quyết định và có thể diễn dịch được? Đây là một tro những sự lo âu thiết yếu nhất của triết lý Phật giáo. Một cách phổ thông, ngài Buddha đã được nói là ngài đã cho ba lượt cho việc dạy dỗ, là điều được biết đến như ba Vòng Tua của Bánh Xe Dharma. Vòng tua thứ nhất đại diện đại diện cho Tứ Chân Quí. Sự phô bày của Tứ Chân Quí đã tạo thành khuôn khổ và nền móng của Phật giáo. Bốn sự thật là sự thật của sự khổ đau, sự thật của sự khởi nguồn của sự khổ đau, những đường đi thật, và những sự ngưng động thật.

Trong vòng Tua thứ hai của bánh xe Dharma, ngài Buddha đương đầu một cách ngoại lệ và cực nhọc với Sự Thật Trân Quí về sự ngưng động (sự chết). Có nhiều chỉ dấu cho thấy sự hoàn hảo hóa các thánh thư về trí khôn được khởi nguồn từ việc dạy dỗ này. Bởi vì có những cá nhân không thể thấu đạt ký hiệu của tính vô ngã như đã được dạy trong suốt vòng Tua thứ hai của Bánh Xe, và có thể rằng một số người có thể mở mang những quan điểm sai lầm trong sự liên hệ với việc dạy dỗ này, trong suốt vòng Tua thứ ba của Bánh Xe; bài luận văn về vô ngã được làm sáng tỏ trong khuôn khổ của ba hiện tượng khác nhau: những hiện tượng bị qui trách, những hiện tượng lệ thuộc, và những hiện tượng được thiết lập một cách hoàn toàn. Những hiện tượng được qui trách được cho là vô ngã bởi vì chúng không có một sự nhận thức nguyên bản. Những hiện tượng lệ thuộc được cho là vô ngã bởi vì chúng thiếu sự nhận diện về cái-tôi được sinh ra, và những hiện tượng được thiết lập một cách hoàn toàn được cho là vô ngã bởi vì chúng thiếu bất cứ sự nhận diện tối hậu nào.

Tuy nhiên, một số tập thuyết pháp dạy trong suốt Vòng Tua thứ ba của Bánh Xe, chẳng hạn như *Tập Thuyết Pháp Cốt Yếu Tathagata*, đã giải thích ánh sáng trong sáng về tinh thần chủ quan thêm vào trong ánh sáng của sự vật, hoặc tính trống rỗng đã được giải thích một cách hoàn toàn không có gì sai lầm trong suốt Vòng Tua thứ hai của Bánh Xe. Cái thiên nhiên tính của tinh thần được đương đầu với nhiều chi tiết. BỞi vì Sự Thật Trân Quí thứ tư, sự thật về con đường đi, đã được trần thuyết giải thích một cách rõ ràng và sâu đậm, việc này được thiết lập một cách tự nhiên một sự nối liền với việc hiểu biết các bài dạy về nghi lễ.

Ngài Buddha đã cho những bài dạy của ngài với mục đích chính cốt để mang lại lợi ích cho những ai kaéng nghe chúng. Ngài tận dụng phương tiện khéo léo để đạt được mục đích này, bằng cách cho những bài dạy về những chiếc xe lớn hơn và những chiếc xe nhỏ hơn trong khuôn khổ nằm trong khả năng tinh thần lớn hơn hoặc nhỏ hơn của con người. Những giáo nghĩa khác nhau được dạy để làm thích hợp với những mức độ khác nhau của sự thông minh.Kết quả,có bốn trường phái Phật giáo về tư tưởng. Nói một cách rộng rãi, một số trường phái cho rằng trong bài thuyết pháp đầu tiên ngài Buddha đã chỉ dạy mười sáu điều của bài Tứ Trân Quí. Họ cho rằng không có những bài dạy về tính trống rỗng, nhưng chỉ là tính vô ngã của con người.

Một số thành thư chứa những bài dạy của ngài Buddha không thể được chấp nhận một cách đúng nghĩa. Đây là lý do tại sao nhúng ta cần phải phân loại chúng như là những bài dạy có thể diễn dịch và có tính cách quyết định. Các định nghĩa về những ngôn từ này cũng thay đổi tùy theo các trường phái tư tưởng khác nhau. Trường phái Chittamatra định na những bài dạy có tính cách quyết định là những bài mà ý nghĩa của chúng được chấp nhận một cách hoàn toàn. Trường phái Svatantrika Madhyamika định nghĩa những thánh thư có tính cách quyết định là những bài dạy có sự thật tối hậu như là những đề tài thảo luận chính và trực tiếp, và chúng có thể được chấp nhận một cách hoàn toàn. Các bài dạy của ngài Buddha ngoài những bài này ra đều thuộc về những thánh thư có thể diễn dịch được.

Để có thể lấy làm chắc chắn sự thật tối hậu, tính trống rỗng thuần túy, chúng ta phải theo những tập thuyết pháp và những bài bình luận trần thuyết một cách không sai lầm về cái chủ đề này. Vào phần cuối chúng ta phải hiểu các nội dung về thánh thư trong thứ tự thích hợp tùy theo liệu chúng có tính cách quyết định hoặc có thể diễn dịch được hay không. Việc này lúc đầu có thể không đơn giản. Nhưng nếu chúng ta theo những bậc vĩ nhân đã cho thấy thánh thư nào có tính cách quyết định và những thánh thư nào có thể diễn dịch được, và nếu chúng ta sưu tầm tính trống rỗng bằng cách nghiên cứu những tập thuyết pháp này và những lời bình luận về chúng, chúng ta sẽ có thể nhận thức quan điểm của tính trống rỗng. Như vậy, Kamalashila nhấn mạnh sự quan trọng về việc nghiên cứu các tập thuyết pháp có tính cách quyết định và có thể diễn dịch được.

Bài này ở đây đương đầu với những tiền nhu cầu của sự thiền bám trụ bình tĩnh và sự thông suốt đặc biệt.

Những người tập yoga phải luôn luôn tránh ăn cá, thịt, và v.v…nên ăn với sự điều hòa, và tránh những thức ăn không mang lại cho sức khỏe.

Những người thiền cần phải có thể chất khỏe mạnh. Vì vậy, sự ăn uống kiêng cữ là thiết yếu. Mặt khác, tinh thần của họ phải trong sáng và mạnh mẽ và điều này cũng đóng góp vào sức khỏe thể chất. Vì những lý do này, người ta đề nghị rằng từ bỏ ăn cá, thịt, tỏi, hành v.v…Thích ăn thích hợp nên được ăn với sự điều độ, vì sự tiêu hóa có thể gây nguy hại cho việc thiền. còn nữa, những ai ăn nhiều quá khó có thể thức tỉnh.

Như vậy các vị Bồ Tát đã kết hợp lại tất cả những tiền nhu cầu cho sự thiền bám trụ bình tĩnh và sự nhìn thông suốt đặc biệt phải đi vào trong sự thiền.

Có nhiều sự tu tập khác như không ngủ trong những giai d9oa5j đầu và cuối vào ban đêm. Trong khi ngủ trong suốt phần giữa của đêm, hãy triển khai tính đầy suy nghĩ và duy trì dáng điệu thích đáng.

Nếu một sự kiêng ăn rau trái không mang lại sự khiếm khuyết chất protein, nó là một cách sống hoàn toàn lành mạnh. Ngay cả việc quí vị không hoàn toàn ăn rau trái, ít nhất việc điều hòa số lượng thịt ăn vào thì có lợi. Trong các trường phái Phật giáo phía nam việc ăn thịt không hoàn toàn bị cấm đoán, nhưng thịt của một vài loại súc vật, chẳng hạn như loại có chân chẻ (như trâu, bò) hoặc những loại đã được giết để một cách đặc biệt dành cho việc xử dụng của mình, bị cấm. Điều này có nghĩa thịt mua một cách bất chợt ở thị trường có thể được chấp nhận.

Một loại thịt như vậy có thể được ăn gọi là "thịt ròng" và được phân biệt bởi ba phẩm chất: quí vị đã không thấy súc vật bị giết để cho quí vị ăn, quí vị đã không được tin tức về liên hệ này, và quí vị đã không nghi ngờ rằng loài vật đã không bị giết để dành cho quí vị tiêu thụ. Tổng quát, các trường phái Phật giáo Mahayana cũng không cấm việc ăn thịt. Tuy nhiên, một số thánh thư, chẳng hạn như *Hạ Mình Vào Trong Các Tập Thuyết Pháp Lanka,* như *Cái Cốt Lõi của Madyamaka của Archarya Bhavaviveka,* hình như cho phép. Như vậy, một số văn từ Mayanaloo ngại về sự hoàn hảo hóa trí khôn căn thịt, trong khi những trường phái c thì không. Ba lớp thấp hơn của tập nghi lễ hoàn toàn cấm việc ăn thịt, trong khi đó ở lớp cao nhất lại cho phép. Một số việc tu tập về nghi lễ này đòi hỏi năm loại thịt và năm loại rượu lễ. Tiêu chuẩn tổng quát, vì vậy, rằng thịt đã có sẵn ở chợ có thể được ăn, nhưng chúng tôi bị cấm giết loài vật cho việc tiêu thụ của mình.

Như đã được giải thích trước đây, những người tu tập với ý nh tốt muốn thưởng thức những tiện nghi cần thiết và sự tự do khỏi sự cấm đoán phải chu toàn nhữn sự tập luyện chuẩn bị trước khi bắt đầu sự thiền bám trụ bình tĩnh.

Khi thiền, người tập yoga trước nhất phải hoàn thành tất cả những sự tập luyện chuẩn bị. Người ấy đi vào nhà cầu xí và đi vào trong những nơi vui thú phải không tạo tiếng ồn mà họ phải nghĩ đến, "tôi sẽ đưa tất cả chúng sinh vào trong trạng thái giác ngộ." Rồi người ấy phải biểu lộ lòng từ bi lớn, sự ước muốn có suy nghĩ, để giải thoát tất cả chúng sinh, và dâng sự kính trọng lên các vị Phật và các vị Bồ Tát trong mười phương bằng cách đụng năm cơ phận của họ vào đất.

Hãy gọi nhớ một cánh đồng công đức bằng cách hình dung các vị Phật và các vị Bồ Tát trong không gian trước mặt của quí vị và nguyện cầu. Đây là một sự tập luyện đặc biệt một cách ngoại lệ đầy nghi lễ. Khi lời tôn xưng chấm dứt trong sự liên hệ với nghi lễ, quí vị sản xuất lời thệ nguyện hiện hữu và trí không hiện hữu cùng với nó. Khi quí vị cúi đầu phủ phục, truyền thống đề nghị rằng quí vị làm như vậy bằng cách dụng năm cơ phận của quí vị — tráng, hai lòng bàn tay, và hai đầu gối của quí vị — xuống đất. Điều quan trọng là nó phải được thực hiện một cách thích đáng và với sự thú vị. Nó sẽ không lành mạnh để thực hiện sự phủ phục hoặc chỉ thuần túy hình thức hoặc dưới sự cưỡng bức.

Những hình dáng biểu hiệu về cơ thể của ngài Buddha, Lời Nói, và Tinh Thần có thể được xếp đặt thực sự trên một bàn thờ hoặc có thể được hình dung trong không gian trước mặt của quí vị. Việc dâng hiến phải được thực hiện tùy theo phương tiện để thu nhận được nhiều hình ảnh của ngài Buddha, không có sự cần thiết để có chúng nó một cách không chính đáng. Những bức tượng được thu nhận bởi sự lừa dối và gian lận, thay vì mang lại giá trị, chúng chỉ đem lại những hậu quả âm tính.

Nếu quí vị là những tu sĩ đơn độc sống ẩn dật trong núi non, có nhiều hình ảnh về tôn giáo quá chỉ như mỗi cho trộm cắp không có mục đích gì. Trong quá khứ, những vị thánh lớn như Milarepa đã sống trong một cái hang trống. Có một câu chuyện rằng vào một đêm nọ một tên đánh cắp đi vào trong hang của ông ta, tìm kiếm một số đồ hàng để đánh cắp. Mia cười và hỏi hắn ta, "Cái gì mà người tìm? Khi tôi không tìm thấy gì vào ban ngày, cái gì người kỳ vọng có vào ban đêm?" Như vậy, chúng ta nên nhớ rằng sự nhận thức hóa tinh thần được mở mang từ bên trong nội tâm, và rằng những sự vật ngoại lai không có nhiều hậu quả.

Có những người lấy danh nghĩa tu luyện tôn giáo tranh đấu vất vả để dựng một bàn thờ quá tốn tiền và biểu lộ rộng rãi to lớn. Được chất chưa đầy những hình ảnh nó trở nên là phần của dụng cụ trong gia đình và làm ngừng các giá trị quan trọng hoặc có mục đích. Vì vậy, nếu quí vị có thể lấy được những sự đại diện về Cơ Thể, Lời Nói và Tinh Thần của ngài

Buddha theo một cách thức có thể chấp nhận được, quí vị nên có bức tượng của ngài Sakyamuni Buddha, vị sáng lập viên của Phật giáo. Để đại diện lời nói của ngài, quí vị có thể thiết lập một bản sao *Sự Hoàn Hảo về Trí Khôn Thuyết Pháp Tập* như là một bài văn chính cùng với một bảng nghi thức của *Avatamsaka Sutras*, nó đương đầu với sự đại diện tinh thần của các vị Phật Buddhas. Cạnh những vật đó quí vị có thể đặt những vật đại diện tinh thần ngài Buddha lên.

Nếu quí vị không thể có được những vật này, hãy dừng ưu tư gì chúng nó. Nhưng nếu quí vị có thể, chúng phải được sắp đặt theo một phương cách thích hợp. Tại trung tâm điểm phải là một bức tượng, một bức tranh, hoặc một hình ảnh tương tự của Buddha Sakyamuni. Xung quanh ngài phải là những sự đại diện các vị thần về thiền cả hai phương diện khía cạnh thanh bình và nóng giận, và sự đại diện của tám vị môn đồ thiền vĩ đại của ngài Buddha. Nếu, mặt khác, những hình ảnh này được sắp xếp theo giá trị tiền tệ, phẩm chất của những vật chất đã được dùng để làm chúng ra, dù chúng mới hoặc cổ xưa, quí vị đang làm một sự sai lầm trầm trọng. Làm như vậy quí vị tiết lộ rằng quí vị đã xem những hình ảnh thánh thượng này không gì hơn là những sở hữu chủ vật chất.

Vì vậy, với sự hiểu biết về ý nghĩa và mục đích, hãy sắp đặt bàn thờ của quí vị theo một thứ tự thích hợp. Hãy làm những sự phủ phục và sắp đặt những vật cống hiến trước những sự vật thánh thượng. Quí vị phải cẩn trọng về những gì quí vị dâng hiến. Nếu quí vị dâng hiến những gì được gọi là "những vật chất thuần túy", quí vị có thể chất chứa sự đạo đức bao la. Trái ngược lại, nếu những vật chất "không thuần túy", thay vì nhận được đạo đức quí vị chịu trách nhiệm đương đầu với những kết quả âm tính. "Những vật chất không thuần túy" được nói đến như là những vật nhận được bởi năm sự sống sai lầm, chẳng hạn như sự thổi phồng, lừa dối, và v.v…Điều này rất đáng quan ngại đối với những vị đã được thăng cấp tôn giáo.

Khi những người đối xử những thánh thư và những bức tượng hoặc hình ảnh của ngài Buddha như là những hàng hóa thương mãi và làm thương vụ với chúng cho sự thu đạt cá nhân, nó là một sự sống sai lầm. Thật chắc chắn không tốt và có những hậu quả âm tính nghiêm trọng. Mặt khác, khi người ta làm việc để cho ấn bản các bài vở thánh thư, làm tượng và v.v…để quảng bá chế độ của ngài Buddha, nó lại là một vấn đề khác. Trong những trường hợp như vậ, khi những cá nhân được thúc đẩ bởi những nguyên động lực để giúp những người thiếu thốn chẳng hạn sự hỗ trợ về tôn giáo, họ đang tham dự vào những hoạt động tốt. Chúng ta phải, vì vậy, nhận thức sự quan trọng về việc dâng hiến các vật chất nguyên vẹn. Có một truyền thống được lan rộng giữa những người Tây Tạng về việc dâng hiến những tô nước và đèn dầu. Điều này cũng vậy, phải được thực hiện một cách đáng kính trọng và trong một cách thích đáng.

Việc tu tập để làm những việc dâng hiến được theo sau bởi sự thú tội, việc làm vui thú, đòi hỏi việc dạy dỗ, việc cầu nguyện ngài Buddha đừng đi đi vào niết bàn hạ giới, và sự dâng hiến. Cùng với nhau, những bước này được biết đến là sự tu tập bảy ngành. Những nhân vật đã được nhận thức hóa một cách rất cao tham dự vào việc tu luyện có giá trị như vậy trong sự mong mỏi của họ để thu nhận được đạo đức rộng lớn.

Người ấy nên đặt một hình ảnh của các vị Phật và các vị Bồ Tát, chẳng hạn như một bức vẽ, trước mặt của họ hoặc ở một nơi nào đó. Người ấy nên làm càng nhiều sự cúng dường và những lời nguyện càng tốt. Người ấy nên ăn năn những việc làm sai lầm và làm vui thú trong công đức của tất cả sinh linh khác.

Người thiền trước nhất phải hoàn thành sự tập luyện bảy ngành chẳng hạn như sự phủ phục, sự dâng hiến, đòi hỏi việc dạy dỗ, và v.v…

Rồi, người ấy phải ngồi trong thế hoa sen hoàn toàn của Vairochana, hoặc một nửa hoa sen, trên một tấm ngồi chắn động. Hai mắt không nên quá mở rộng hoặc nhắm lại quá chặt. Hãy để chúng nhắm hướng vào cái mũi. Cơ thể không nên quá xiên hướng về phía trước hoặc phía sau. Hãy giữ cho nó thẳng và hướng sự chú ý vào nội tâm. Hai vai phải được nghỉ ngơi theo vị thế thiên nhiên và cái đầu không nên tựa về phía trước, phía sau, hoặc nghiêng về một trong hai bên. Cái mũi phải ngang hàng với lỗ rún. Răng và môi phải nghỉ ngơi trong trạng thái tự nhiên với cái lưỡi đụng khẩu cái phía trên. Thở rất nhẹ nhàng và mềm mại không một tiếng động nào, không dùng sức lao động nào, và không bị gián đoạn. Hít vào và thở ra một cách tự nhiên, một cách chậm chạp, và mộ cách không gây sự chú ý nào.

Những người thiền cần phải có sự chú ý đặc biệt. Việc thở phải được tự do khỏi mọi tiếng động hoặc sự dồn ép. Việc thở bạo động có hại. Hãy thở một cách nhẹ nhàng và một cách sâu đậm. Hít vào và thở ra một cách bình tĩnh và đều đặn.

CHƯƠNG 8

VIỆC TẬP LUYỆN SỰ BÁM TRỤ BÌNH TĨNH

Sự thiền bám trụ phải được thực hiện trước nhất. Việc bám trụ bình tĩnh là tinh thần vượt qua mọi sự chệch hướng đến các sự vật bên ngoài., và là tinh thần quay trở lại vào sự vật của sự thiền một cách tự động và một cách liên tục với niềm vui đại phúc và tính mềm mỏng.

Sau khi đã thỏa mãn một cách thích đáng các sự tập luyện về tiền nhu cầu, quí vị phải tham dự vào sự thiền thật sự, nó gồm có việc bám trụ bình tĩnh và sự nhìn thông suốt đặc biệt. Cái gì là sự thiền bám trụ bình tĩnh? Nó là một tình trạng của tinh thần chú ý một cách tự nhiên vào sự vật của sự thiền như là kết quả của việc làm thanh bình sự làm lệch lạc đến một sự vật bên ngoài.

Ngoài chúng ra, nó dần dần loại bỏ những khiếm khuyết của cơ thể và tinh thần do bởi việc nó được tự do khỏi sự cùn lụn và sự kích thích vui thú tinh thần. "Với sự đại phúc và tính mềm dẻo" nói đến những phẩm chất tinh thần và thể chất mà người thiền mở mang. Trong tiến trình của sự thiền, tính mềm dẻo về tinh thần được mở mang trước nhất và nó được theo sau bởi sự mềm dẻo thể chất. Thật là một cách lý thú, sự đại hỉ thể chất được sản xuất sau đó, được đi theo bởi sự đại phúc tinh thần. Khi tinh thần nối liền với sự đại phúc, nó được nói là sự thiền bám trụ bình tĩnh.

Cái gì là sự nhìn thông suốt đặc biệt?

Điều mà nó khảo sát một cách thích đáng cái tình-như-thế từ bên trong trạng thái của việc bám trụ bình tĩnh là sự nhìn thông suốt đặc biệt. Tập Đám Mây của Thuyết Pháp Tập về Những Viên Ngọc *đọc, "Sự thiền bám trụ bình tĩnh là một tinh thần nhất quán điểm; sự nhìn thông suốt đặc biệt làm sự phân tích đặc thù của tính tối hậu."*

Sau khi mở mang khả năng để tham dự vào sự thiền bám trụ bình tĩnh, người thiền không để một cách nhất quán điểm cái tinh thần lên trên sự vật, nhưng bắt đầu khảo sát nó. Sự vật của sự thiền ở đây là sự thật tối hậu một cách chính danh, nhưng những hiện tượng qui ước không được loại ra. Sự tập trung mà nó sản xuất niềm vui thú vĩ đại về tinh thần và thể chất bởi sức mạnh của việc phân tích là sự nhìn thông suốt đặc biệt. Vì vậy, một sự liên kết việc bám trụ bình tĩnh và sự nhìn thông suốt đặc biệt được thấu đạt.

Việc bám trụ bình tĩnh và sự nhìn thông suốt đặc biệt không được phân biệt theo những sự vật của sự tập trung. Chúng có thể nhận cả hai cùng nhận dự thật tối hậu và qui ước như là những sự vật. Có một sự thiền bám trụ bình tĩnh nhắm vào sự thật tối hậu, và có sự nhìn thông suốt đặc biệt thiền về sự thật qui ước. Thí dụ, có một sự thiền bám trụ bình tĩnh trong đó tinh thần được đặt một cách nhất quán điểm trên tính trống rỗng. Sự nhìn thông suốt đặc biệt cũng thiền trên những hiện tượng qui ước chẳng hạn như những khía cạnh uyên thâm và rộng lớn hơn về những con đường đi về thiền.

Một cách tổng quát, sự khác biệt giữa hai loại thiền này rằng việc bám trụ bình tĩnh là một sự thiền có tập trung và sự nhìn thông suốt đặc biệt là một sự thiền phân tích. Cái Chiếc Xe Hoàn Hảo và ba lớp đầu tiên của tập sách lễ nghi chia xẻ ký hiệu này. Theo tập sách nghi lễ cao nhất, sự thiền thông suốt đặc biệt là một sự thiền có tập trung. Đây là một kiểu cách độc đáo về việc hiểu biết trong khuôn khổ mà sự nhìn thông suốt đặc biệt của nó hoạt động một cách đầy đủ như là một sự thiền có tập trung. Mặt khác, tập *Con Triện Son Vĩ Đại của Mahamudra* do bởi truyền thống Kagyu và *Sự Hoàn Thành Vĩ Đại*, hoặc Dzogchen, thuộc truyền thống Nyingma chỉ đương đầu với sự thiền phân tích.

Còn nữa, từ tập sách Việc Bất Đảo Lộn của Tư Tưởng Tập Thuyết Pháp: *"Maitreya hỏi, "Bẩm ngài Buddha, làm thế nào để (người ta) phải sưu tra một cách đầy đủ việc thiền bám trụ bình tĩnh và nhận được sự tinh nhuệ trong sự nhìn thông suốt đặc biệt?" Ngài Buddha trả lời, "Này Maitreya, tôi đã trao những bài dạy sau đây cho các vị Bồ Tát: các tập thuyết pháp, những lời nguyện có âm điệu, những bài dạy về tiên tri, các bài thơ, những sự chỉ dẫn đặc biệt, lời khuyên từ những kinh nghiệm đặc thù, những sự diễn tả về những sự nhận thức hóa, những lời chú giải, những mẩu chuyện về sự sinh đẻ, những bài dạy cặn kẽ, những chế độ đã được thiết lập, và những huấn thị."*

Các vị Bồ Tát nên lắng nghe một cách chính đáng về những bài dạy này, hãy nhớ nội dung của chúng, và khảo sát kỹ lưỡng chúng một cách tinh thần. Với sự hiểu biết toàn hảo, họ đi một mình đến những nơi xa xôi và phản ảnh về những bài dạy này và tiếp tục nhắm vào tinh thần của họ lên trên chúng nó. Họ phải nắm một cách tinh thần vào chỉ những đề tài nào mà họ đã phản ảnh về chúng và duy trì việc này một cách liên tục. Điều đó được gọi là sự tham dự tinh thần.

Trong việc thiền bám trụ bình tĩnh, quí vị phải nhắm nhất quán điểm tinh thần vào những điểm tóm lược và thiết yếu của bài dạy. Những bài dạy của ngài Buddha, như đã được mô tả trong mười hai loại này, đều đầy đủ và bao hàm những đề tài rộng lớn chẳng hạn như những sự kết tập thể chất và tinh thần, các thành phần, các cội nguồn của sự cảm thức và v.v… Trong khuôn khổ của việc thiền bám trụ bình tĩnh, quí vị không phải giảng giải, nhưng phải chú tâm vào thiên nhiên tính cần thiết hoặc điểm của bài dạy, dù nó là sự trống rỗng hoặc vô thường, và chiêm nghiệm thiên nhiên tính của nó. Mặt khác, sự thiền vào sự nhìn thông suốt đặc biệt thì có tính cách phân tích. Người thiền giảng giải về sự nhận diện, cội nguồn, và những tính chất khác của những sự vật của sự thiền, chẳng hạn những sự kết tập, các thành phần, những cội nguồn của sự cảm thức và v.v…

"Khi tinh thần đã được tham dự một cách lập đi lập lại trong cách thức này và tính mềm dẻo tinh thần đã được thực hiện, tinh thần ấy được gọi là việc bám trụ bình tĩnh. Đây là cách thức các vị Bồ Tát tìm một cách thích hợp đến tinh thần bám trụ bình tĩnh".

Qua tiến trình của sự thiền, tu tập viên khởi đầu thực tế hóa tính mềm dẻo tinh thần. Điều này được tiến hành trước bởi một loại nặng nề của não bộ mà thực tế là một dấu hiệu của sự bỏ đi những khiếm khuyết tinh thần. Sau khi sản xuất được tính mềm dẻo tinh thần, tính mềm dẻo thể chất được thực tế hóa. Đây là chướng ngại vật trực tiếp của những sự khiếm khuyết thể chất. Sự toàn phúc thể chất được sản xuất ra như là một kết quả, và trừ kết quả này tính đại phúc tinh thần được sản xuất.

"Khi vị Bồ Tát đã thực hiện tính mềm dẻo tinh thần và thể chất và họ bám trụ vào chúng nó, họ loại bỏ sự lệch lạc tinh thần. Cái hiện tượng mà nó đã được chiêm nghiệm như là

một sự tập trung nhất quán điểm nội tâm phải được phân tích và được xem như là một sự phản ảnh. Sự phản ảnh hoặc hình ảnh này, tức là sự vật của sự tập trung nhất quán điểm, phải được phân biệt như là một sự vật của kiến thức. Nó phải được điều tra một cách đầy đủ và được khảo sát một cách kỹ lưỡng. Hãy tập luyện tính kiên nhẫn và hãy lấy làm vui thú trong nó. Với sự phân tích thích hợp, hãy quan sát và am tường nó. Điều này được biết như là sự nhìn thông suốt đặc biệt. Như vậy, các vị Bồ Tát có tài khéo léo trong những cách thức của sự nhìn thông suốt đặc biệt."

Việc sản xuất một nguyên động lực dương tính là tối cần thiết. Tu tập viên nên tái tạo một thái độ dương tính trong suốt tiến trình của sự tu luyện. Hãy nghĩ, "Tôi sẽ lắng nghe bài văn thánh thượng này của Kamalashila để đạt được Phật tính tối thượng vì lợi ích cho tất cả chúng sinh rộng lớn như không gian." Thật là rất quan trọng rằng chúng ta nhận thức sự hiếm có và sự quí báu của cuộc đời con người. Chính vì trên căn bản này mà chúng ta có thể đạt được cả hai mục đích tạm thời và tối hậu. Cuộc đời này như một con người được tự do và may mắn là một cơ hội lớn lao và chúng ta phải tận dụng tất cả những lợi ích hoàn toàn của nó. Cái rễ và nền tảng của việc nhận thức mục đích tối hậu của sự giác ngộ là việc sản xuất một tư tưởng vị tha, và điều này cuối cùng sẽ sẽ rút tỉa lòng từ bi. Những sự tu tập phụ khác cần thiết trong khuôn khổ này là việc tu tập tính quảng đại và những việc làm công đức khác, và việc huấn luyện trong sự tập trung, nó là sự liên kết của việc bám trụ bình tĩnh và sự nhìn thông suốt đặc biệt.

Trước khi sản xuất lòng từ bi cho các chúng sinh khác, tu tập viên trước nhất phải nghĩ đến những sự chịu đựng của chu kỳ tồn tại trong tổng quát, và đặc biệt trong sự khổ đau của nhiều lĩnh vực khác nhau trong chu kỳ của sự tồn tại. Xuyên qua tiến trình này của việc chiêm nghiệm, tu tập viên tiến đến thưởng ngoạn cái thiên nhiên tính không thể mang nổi về những sự khổ đau của chu kỳ tồn tại. Việc này một cách tự nhiên dẫn quí vị tìm thấy làm thế nào để loại bỏ chúng. Liệu có một cơ hội chúng ta có thể hoàn toàn được tự do khỏi sự khổ đau? Những phương pháp gì cần được áp dụng để loại bỏ sự khổ đau? Khi quí vị một cách nhiệt tình tham dự vào những thắc mắc như vậy và khảo sát câu hỏi cẩn thận, quí vị nhận thức điều gây ra sự khổ đau. Cội nguồn của sự khổ đau là sự làm ô uế tinh thần trỗi dậy từ hành động và những cảm xúc quấy rối. Điều này tạm thời và tinh thần có thể hoàn toàn được tách rời khỏi nó. Người tu tập đi đến nhận thức rằng điều Chân Quí của sự ngưng động có thể đạt được với sự thanh bình hóa, hoặc sự loại bỏ, của sự khổ đau và những nguyên nhân của nó. Điều hệ luận là cá nhân mở mang sự hủy diệt, ước muốn được tự do khỏi sự khổ đau và các nguyên nhân của nó. Và khi quí vị ước muốn cho các chúng sinh khác cũng đạt được sự tự do khỏi sự khổ đau và những nguyên nhân của nó, quí vị đang đảm nhận một bước đi chính hướng về việc sản xuất lòng từ bi.

Trước nhất tu tập viên phải huấn luyện trong những giai đoạn của con đường đi chung và rồi dần dần phối hợp các cấp của con đường lớn hơn. Đây là một lối đi đúng và có giá trị của việc thực thể hóa cái nghề tinh thần.

Sau khi hoàn thành những việc tu luyện chuẩn bị, quí vị ở vào việc huấn luyện về hai loại tinh thần thức tỉnh. Hai điều này là tinh thần thức tỉnh qui ước và tối hậu. Với sự sản xuất tinh thần thức tỉnh qui ước, tu tập viên tham dự vào trong những hành động của một vị Bồ Tát Bodhisattva, nó bao gồm sáu sự hoàn hảo hóa. Việc thiền về tinh thần thức tỉnh tối hậu được hoàn thành bằng cách sản xuất một trí khôn siêu việt trực tiếp nhận thức tính trống rỗng. Một trí khôn như vậy là một sự bền vững hóa về thiền mà nó là một sự liên kết của việc bám trụ bình tĩnh và sự nhìn thông suốt đặc biệt. Điều này có nghĩa rằng trong khi nhắm một cách nhất quán điểm 1uí vị có thể đồng thời phân tích thiên nhiên tính của tính trống rỗng.

Trước nhất, tu tập viên phải thu góp những tiền nhu cầu và những điều kiện khác được dẫn nhập vào sự thiền bám trụ bình tĩnh.

Người thiền nào có ý định thực thể hóa một tinh thần bám trụ bình tĩnh nên khởi sự tập trung thật gần vào sự kiện mà mười hai bộ thánh thư — các thuyết pháp tập, những lời nguyện có âm điệu, và v.v... — có thể được tóm tắt như là nó dẫn đến tính-như-thế, rằng chúng sẽ dẫn đạo tính –như-thế, và rằng chúng phải dẫn đến tính-như-thế.

Trong sự phân tích cuối cùng, những bài dạy của ngài Buddha một cách trực hoặc gián tiếp có liên hệ đến tính-như-thế. Các bài văn một cách rõ ràng nói về sự vô thường, sự khổ đau, và v.v... và một cách tối hậu đương đầu với tính-như-thế, dù chúng ta đã trần thuyết tính vô ngã rộng lớn, chẳng hạn như tính-vô-nhị của sự chủ quan và khách quan, chúng dẫn trực tiếp đến tính trống rỗng thâm sâu ấy mà ngài Buddha đã dạy một cách trực tiếp trong suốt Vùng Tua thứ hai của Bánh Xe Phật Pháp Dharma.

Một cách để làm điều này là xếp đặt tinh thần một cách cận kề lên trên sự kết tập tinh thần và thể chất, như là một sự vật bao gồm tất cả các hiện tượng. Một cách khác là đặt tinh thần vào một hình ảnh của ngài Buddha. *Tập Vị Vua của Tập Thuyết Pháp Sự Bền Vững Hóa Về Thiền* nói:

Với cơ thể bằng vàng của người ấy trong màu sắc,
Vị chúa tể của cũ trụ thật tuyệt đẹp
Vị Bồ Tát đặt tinh thần của người lên trên sự vật này
Được xem như là một người đang ở trong sự hấp thụ của sự thiền.

Có nhiều sự vaät khác nhau của sự thiền bám trụ bình tĩnh. Các hệ thống nghi lễ một cách độc đáo trong việc tận dụng một vị thần về thiền haoï8c gọi là hạt âm tiết như là một sự vật. Ở đây, như đã được dạy trong hệ thống thuyết pháp, hình ảnh của ngài Buddha được dùng như là một sự vật. Sự bền vững hóa về thiền là một sự tập luyện chung của một Phật tử nhận lấy hình ảnh ngài Buddha như là sự vật của thiền. Bằng cách này người ấy sẽ gặt hái được nhiều lợi ích bất thường, chẳng hạn như việc tạo dựng thêm công đức và việc nhớ đến ngài Buddha. Hãy hình dung hóa hình ảnh của ngài Buddha được thiết vị trên ngôi của những hạt ngọc trân quí. Khoảng cách gần bằng chiều cao của quí vị từ chỗ quí vị ngồi đến ngài Buddha, bám trụ vào không gian trước mặt của quí vị ở chiều cao ngng bằng với cái trán của quí vị. Quí vị nên tưởng tượng rằng hình ảnh ấy dày đặc và chiếu sáng ngời.

Người tu tập thông minh tìm sự tập trung bằng cách trước nhất đạt được sự hiểu biết thích đáng về cái nhìn. Một người như vậy nhắm vào tính trống rỗng như là sự vật của sự thiền và nhắm mục đích để thực tế hóa việc bám trụ bình tĩnh theo cách thức này. Điều nàu tật sự khó. Những người khác xử dụng tinh thần chính nó như là sự vật trong sứ mạng đi tìm việc bám trụ bình tĩnh. Người thiền trong thực tế nhắm vào tính trong sáng và sự ý thức, đó là một cách để tinh thần nhắm vào chính nó. Điều này cũng không phải là một công tác dễ. Khởi đầu người thiền cần nhận diện sự ý thức rõ ràng trong sáng như là một kinh nghiệm thực tế. Rồi tinh thần nhắm vào cảm xúc ấy với sự giúp đỡ của sự chăm chú nhiều suy luận. Tinh thần thì bí mật và có hàng ngàn khuôn mặt. Nó không thể được nhận diện như là những sự vật ngoại lai. Nó không có hình thái, cơ thể, hoặc màu sắc. Tính ý thức trong sáng thuần túy này là thiên nhiên tính của kinh nghiệm vcaø cảm xúc. Nó giống như nước có màu dắc — mặc dù nước không phải có cùng thiên nhiên tính như màu sắc, cho đến khi nào chúng hòa quyện lẫn màu sắc thật sự của nước thì không được hiển nhiên. Một cách tương tự, tinh thần không có thiên nhiên tính của những sự vật ngoại lai chuaúng hạn như hình thái thể chất,và v.v… Tuy nhiên, tinh thần quá dễ bị có thói quen đi theo năm sự ý thức về giác quan đến nỗi nó trở thành không thể nào phân biệt từ hình thái thể chất, dạng thức, màu sắc,và v.v… mà nó kinh nghiệm.

Trong khuôn khổ này, cái cách thức của sự thiền là cố tình làm ngừng tất cả các loại tư tưởng và những sự nhận thức. Quí vị bắt đầu bằng cách ngăn cản tinh thần không được đi theo những sự ý thức về cảm giác. Việc này được đi theo sau bằng cách chận tinh thần không phản ảnh lên trên những kinh nghiệm cảm giác và những cảm xúc về sự vui thú và sự đau khổ. Hãy nhắm tinh thần vào trạng thái tự nhiên và hiện tại mà không cho phép nó trở thành bị chiếm ngự trước với những kỷ niệm trong quá khứ hoặc những kế hoạch trong tương lai. Xuyên qua một tiến trình như vậy màu sắc chân thật của tinh thần, có thể nói như vậy, sẽ dần dần mở sáng như nắng ban mai cho tu tập viên. Khi tinh thần được tự do khỏi tất cả các loại tư tưởng và ý niệm, bất thần một hình thái của trạng thái trống không sẽ xuất hiện. Nếu người thiền cố gắng để đạt được tính quen thuộc với trạng thái trống không, tính trong sáng của sự ý thức sẽ một cách tự nhiên trở thành hiển nhiên.

Trong suốt tiến trình của sự tu tập việc thiền bám trụ bình tĩnh, chúng ta phải hoàn toàn ý thức năm điều khiếm khuyết và tám liều thuốc giải độc. Năm điều khiếm khuyết là sự lười biếng, việc quên sự vật của thiền, tính cùn lụn của tinh thần và sự thích thú, không áp dụng liều thuốc giải độc khi bị thương tích bởi tính cùn lụn hoặc sự thích thú, và việc áp dụng không cần thiết về liều thuốc giải độc. Hãy để tôi nhận diện tám liều thuốc giải độc. CHúng gồm niềm tin, sự cần thiết, sự kiên trì, tính mềm dẻo, sự chú ý, sự ý thức, sự áp dụng những liều thuốc giải độc khi bị thương tích bởi tính cùn lụn hoặc sự thích thú, và việc bỏ đi những sự áp dụng không cần thiết về các liều thuốc giải độc. Niềm tin ở đây nói đến sự thú vị hay sự vui thú trong việc tập luyện sự tập trung trỗi dậy từ việc thưởng ngoạn những sự lợi ích của nó. Điều này một cách tự nhiên dẫn đến sự chú ý trong việc tu luyện và giúp làm tăng cường sự kiên trì và sự mềm dẻo — phản lại sự lười biếng, và năm liều thuốc giải độc, tính chú ý, phản lại việc bỏ quên sự vật của sự thiền. Sự ý thức, liều thuốc giải độc thứ sáu, là địch thủ của tính cùn lụn và sự thích thú. Khi tinh thần chịu đựng tính cùn lụn, phải cố gắng để làm thức tỉnh và nâng cao tinh thần lên. Sự kích thích vui thú phải được phản lại bằng cách làm dịu tinh thần bị khiêu động nó xuống. Xuyên qua sự tu luyện kéo lâu dài, người thiền nhận được tính vững bền tinh thần và thăng tiến qua những giai đoạn của sự tập trung. Vào cấp bộ thứ tám và chín tinh thần ở vào vị thế tập trunhg sâu đậm. Vào lúc ấy, sự áp dụng những liều thuốc giải độc chỉ là một sự làm chệch hướng và vì thế nên được tránh.

Theo cách này hãy để tinh thần vào sự vật do sự lựa chọn của người, làm được như vậy, nó phải được lập lại một cách liên tục việc đặt vị trí tinh thần này. Đã đặt tinh thần theo cách ấy, hãy khảo sát nó và kiểm soát liệu nó có nhắm vào một cách thích đáng trên sự vật hay không. Cũng kiểm soát về tính cùn lụn và tìm thấy liệu tinh thần có bị chệch hướng về sự vật ngoại lai.

Với việc tuân hành theo sự thiền bám trụ bình tĩnh, người tu tập được ở vào sự tự do để lựa chọn sự vật của việc thiền mà người ấy cảm thấy thích đáng và thoải mái. Người ấy nên tập trung tinh thần vào sự vật, không để cho nó bị lôi cuốn sai lệch về các sự vật ngoại lai, cũng chẳng để nó rơi vào những cạm bẫy của tính cùn lụn. Người ấy phải nhắm mục đích để đạt cho bằng được sự tập trung nhất quán điểm được đồng thời kết hợp với tính trong sáng.

Tính cùn lủn xẩy ra khi tinh thần bị chế ngự bởi sự lười biếng, và thiếu sự thức tỉnh và sự nhạy bén. Ngay cả trong cuộc sống hằng ngày chúng ta có thể mô tả tinh thần của chúng ta như là "không rõ ràng" hoặc "lờ đờ." Khi tính cùn lủn hiện hữu, người thiền không nắm một cách chắc chắn vào sự vật, và vì vậy sự thiền không được hiệu quả.

Nếu tinh thần được tìm thấy là tính cùn lủn do bởi tính ngủ hoặc tính mê man hoặ nếu người sợ rằng tính cùn lủn đang sắp tiến đến, thì tinh thần tham dự một sự vật đầy lý thú một cách tuyệt vời chẳng hạn như một hình ảnh của ngài Buddha, hoặc một ký hiệu về ánh sáng. Trong tiến trình này, bằng cách đã giả như xua đuổi tính cùn lủn tinh thần nên cố gắng nhìn thấy sự vật rất sáng ngời.

Sự mê man và tính cùn lủn về tinh thần xẩy ra trong sự liên hệ nguyên-nhân-hậu-quả hỗ tương. Khi người thiền bị đeo đuổi bởi sương mù, tinh thần và cơ thể cảm thấy nặng nề. Người thiền mất đi tính trong sáng, và tinh thần trở nên hoạt động không hiệu quả và không có kết quả. Tính cùn lủn là một hình thái của sự sút giảm tinh thần, như vậy để phản lại hãy xử dụng những kỹ thuật có thể nâng cao tinh thần. Một số nhiều cách hữu hiệu khác là nghĩ về những sự vật đầy vui thú, chẳng hạn như những phẩm chất tuyệt vời của một vị Phật, hoặc nghĩ về tính hiếm có của cuộc đời một con người và những cơ hội nó mang lại. Quí vị phải vẽ ra sự phấn khởi từ những tư tưởng này để tham dự vào một sự thiền có đầy hoa quả.

Trong việc mở mang sự bám trụ bình tĩnh, một trở ngại phải được vượt qua là sự kích thích thú vị về tinh thần. Điều này xẩy ra khi tinh thần ở trong một trạng thái của sự thích thú, săn đuổi những sự vật theo sự ước muốn và nhớ lại những kinh nghiệm trong quá khứ về sự vui thú và niềm hạnh phúc. Những hình thức rộng lớn hơn về sự thích thú tinh thần sẽ gây cho tinh thần mất đi sự vật của sự tập trung một cách hoàn toàn. Giải pháp cho trở ngại này là thiền về một sự vô thường , về sự khổ đau, và v.v… là những điều có thể giúp cho tinh thần dịu xuống.

Người phải nhận thức sự hiện diện của tính cùn lủn khi tinh thần không thể thấy sự vật một cách sáng sủa, khi người cảm thấy như người bị mù hoặc ở vào một nơi tối tăm hoặc người đã nhắm hai con mắt lại. Nếu, trong khi người đang ở trong sự thiền, tinh thần của người đuổi theo những phẩn chất của những vật ngoại lai chẳng hạn như hình thái, hoặc đặt sự chú ý vào những hiện tượng khác, hoặc chệch hướng do bởi sự ước muốn về một sự vật mà người đã kinh nghiệm trước đây, hoặc người nghi ngờ rằng sự chệch hướng đang tiến lại gần, hãy phản ảnh rằng tất cả những hiện tượng tổng hợp đó đều vô thường. Hãy nghĩ về sự khổ đau và v.v…, những đề tài làm dịu tinh thần của người.

Nếu quí vị chiêm nghiệm nhữn sự sai lầm giả tưởng về sự chệch hướng tinh thần liên tục, hoặc bất cứ một sự vật nào khác mà nó sẽ làm nhụt chí tinh thần của quí vị, quí vị có thể làm giảm sự kích thích thú vị tinh thần. Khi tinh thần mất sự vật của sự thiền và trở nên bị chệch hướng bởi những tư tưởng của những kinh nghiệm trong quá khứ của quí vị, một cách đặc biệt trong sự liên hệ với những sự vật của sự hệ lụy, nó được gọi là sự kích thích thú vị. Khi tinh thần hoàn toàn mất sự vật của sự thiền và trở nên bị chệch hướng bởi những sự vật ngoại lai, nó là một sự kích thích thích thú thô. Nếu tinh thần đã mất sự vật của sự thiền, nhưng một phần của tinh thần vẫn còn sống trong sự vật của hệ lụy, nó được gọi là sự kích thích thú vị thâm sâu. Sự kích thích thú vị đến khi tinh thần quá hơn hở. Khi tinh thần quá hơn hở và hành động quá trớn, nó dễ bị chệch hướng. Liều thuốc giải độc cho vấn đề này là làm đẫm ướt xuống những sự hăng hái cao độ của tinh thần, chúng có thể kéo tinh thần trở lại. Để làm như vậy, sự thiền trên những sự vật làm giảm sự đam mê và sự hệ lụy hướng về những sự vật nội tâm và ngoại lai thì rất hữu ích.

Liều thuốc giải độc của tính cùn lủn tinh thần và sự kích thích lý thú là sự nhìn trở về trong quá khứ. Nhiệm vụ của sự trở về trong quá khứ là quan sát liệu xem thử tinh thần có đang bám trụ bền vững vào sự vật của sự thiền hay không. Nhiệm vụ của tính đầy sự chú ý của tinh thần là giữ cho tinh thần trên sự vật; một khi việc này được thực hiện, sự trở về trong quá khứ của tinh thần phải canh chừng liệu tinh thần còn giữ trên sự vật của sự thiền hay không. Càng mạnh tinh thần có nhiều sự chú ý của quí vị, sẽ trở nên càng mạnh sự trở về trong quá khứ của tinh thần của quí vị. Thí dụ, nếu quí vị một cách liên tục nhớ, "Nó không tốt để làm điều này", "Điều này không hữu ích" và v.v... quí vị đang còn ở trong sự trở về quá khứ.

Thật quan trọng để có tinh thần đầy sự chú ý về những khía cạnh âm tính của cuộc sống hằng ngày của quí vị và quí vị nên được báo động về sự xảy ra của nó. Vì vậy, một trong những nét và những hoạt động độc đáo của sự trở về trong quá khứ của tinh thần là lượng giá điều kiện của tinh thần và thể xác của quí vị, để phán đoán liệu tinh thần có giữ bền vững trên sự vật của sự thiền hay không.

Cùng lúc ấy, thật quan trọng để nhớ rằng nếu những sự hăng hái của quí vị xuống quá thấp, tinh thần của quí vị sẽ trở nên cùn. Tại lúc tình cùn lủn được dựng lên quí vị phải cố gắng để nâng những sự hăng hái của quí vị lên. Dù thế quí vị bị xuống tinh thần hay tinh thần được nâng cao vào bất cứ một lúc nào tùy thuộc rất nhiều vào sức khỏe, sự ăn uống, giờ giấc trong ngày và v.v… của quí vị. Cho nên quí vị là vị chánh án tốt nhất để khi nào làm giảm những sự hăng hái của quí vị và khi nào để tăng chúng lên.

Trong tiến trình này, sự chệch hướng phải được loại bỏ và với sợi dây thừng của tinh thần đầy sự chú ý và tính tỉnh táo thì tinh thần giống như con voi phải được cột chặt vào thân cây của sự thiền. Khi người tim thấy rằng tinh thần được tự do khỏi tính cùn lủn và sự kích thích thú vui và rằng nó bám trụ một cách tự nhiên vào sự vật, người nên xả bớt sự cố gắng và tiếp tục duy trì tự nhiên cho đến khi nào nó còn như vậy.

Khởi đầu, tinh thần một cách trần truồng tham dự vào sự vật của sự thiền. Nhưng với sự tu luyện được kéo lâu dài, bằng cách mở mang những liều thuốc giải độc chống lại tính cùn lủn và sự kích thích thú vui, những loại thô sơ hơn của những sự gây trở ngại này làm giảm sức mạnh và những loại thâm sâu trở thành hiển nhiên. Nếu quí vị kiên trì trong việc tu luyện và cải thiện sức mạnh của tinh thần đầy ý thức và tính thức tỉnh của quí vị, sẽ có một lu1cv nó đến ngay cả khi những loại thâm sâu của những sự trở ngại này không che mờ sự thiền của quí vị. Việc sản xuất một ý định mạnh để tham dự vào trong sự thiền thích đáng, tự do khỏi tất cả những sự trở ngại, có thể có một sự đụng chạm rất dương tính. Cuối cùng quí vị có thể ngồi với không một sự cố gắng nào trong một đợt thiền khoảng một giờ hoặc gần như thế.

Sự nhận thức hóa về sự tập trung nhất quán điểm không phải là một công tác dễ làm. Quí vị phải có sự chịu đựng dai dẳng để tập luyện trong một thời gian dài. Bởi sự tu tập liên tục quí vị có thể dần dần loại bỏ những sự khiếm khuyết của cơ thể và inh thần. Những sự khiếm khuyết trong khuôn khổ bài này nói đến những trạng thái cùn lủn và tính nặng nề của cơ thể và tinh thần mà chúng làm cho chúng ta không đáp lại hoặc không thể phục vụ được cho sự thiền. Những sự khiếm khuyết này được kỹ lưỡng loại bỏ khi người thiền mở mang chín cấp bộ của việc bám trụ bình tĩnh. Người tu luyện một cách cuối cùng sản xuất tính mềm dẻo tinh thần, nó được theo sau bởi tính mềm dẻo thể chất.

Người phải hiểu rằng việc bám trụ bình tĩnh được thực tế hóa khi người thưởng thức tính mềm dẻo tinh thần và thể chất xuyên qua sự quen thuộc được kéo dài với sự thiền, và tinh thần đạt được sức mạnh để tham dự vào sự vật như nó chọn.

Sự thiền bám trụ bình tĩnh là một sự tu tập chung cho các nhà Phật giáo và không phải Phật giáo. Cho nên trong ý nghĩa về sự nhận diện thuần túy của nó không có gì thâm sâu hoặc đặc biệt về nó. Tuy nhiên, khi chúng ta điều tra thiên nhiên tính của vài sự vật, dù nó là qui ước hoặc tối hậu, sự thiền bám trụ bình tĩnh rất quan trọng. Mục đích chính của nó là việc mở mang sự tập trung nhất quán điểm. Mặc dù chúng ta đọc những lời cầu nguyện hoặc tham dự vào những sự tập luyện nghi lễ, chúng ta bị đương đầu với câu hỏi rằng liệu chúng hữu hiệu hay không. Lý do chính là sự thiếu tập trung của chúng ta. Vì vậy, chúng ta nên mở mang một tinh thần bám trụ một cách nhất quán điểm về sự sự vật của sự chú ý nhắm vào. Trong những giai đoạn khởi đầu, ngay cả việc nếu chúng ta không sản xuất một tinh thần bám trụ bình tĩnh cuối cùng, thật là triết yếu để triển khai thật nhiều về tính bền vững tinh thần trong khi tập luyện sáu sự hoàn hảo hóa, những lý tưởng vị tha và v.v…Mục đích cuối cùng của sự thiền bám trụ bình tĩnh là hữu thực hóa sự nhìn thông suốt đặc biệt.

CHƯƠNG 9

HỮU THỰC HÓA
SỰ NHÌN THÔNG SUỐT ĐẶC BIỆT

Trong bài này chúng ta nói về việc tham dự trong sự tu tập về sáu điều hoàn hảo hóa như đã được triển khai bởi một vị Bồ Tác Boshisattva. Trong khuôn khổ này, mục đích của sự thiền bám trụ bình tĩnh là để có thể triển khai một sự nhìn thông suốt đặc biệt siêu việt. Vì vậy, sau khi đã triển khai việc bám trụ bình tĩnh chúng ta phải cố gắng hết mình để triển khai sự nhìn thông suốt đặc biệt.

Sau khi nhận thức hóa việc bám trụ bình tĩnh, hãy thiền về một sự nhìn thông suốt đặc biệt, hãy suy nghĩ như sau: Tất cả những bài dạy của ngài Buddha là những bài dạy hoàn hảo, và chúng một cách trực tiếp hoặc gián tiếp tiết lộ và dẫn đến tính-như-thế với sự trong sáng nhiều nhất. Nếu người hiểu được tính-như-thế, người sẽ được tự do khỏi những cái lưới của những sự nhìn sai lầm, giống như bóng tối bị xua đuổi khi ánh sáng xuất hiện. Chỉ đơn độc sự thiền bám trụ bình tĩnh không thể tinh khiết hóa sự ý thức nguyên tủy, nó không thể loại bỏ cái bong tối của những sự làm lu mờ. Khi tôi thiền một cách thích đáng về tính-như-thế với trí khôn, sự ý thức chính cốt sẽ được tinh khiết hóa. Chỉ có với sự khôn ngoan tôi mới có thể trừ bỏ một cách hữu hiệu những sự làm mờ tối. Vì vậ, việc tham dự vào sự thiền bám trụ bình tĩnh, tôi sẽ sưu tầm tính-như-thế với trí khôn. Và tôi sẽ không còn bằng lòng với việc bám trụ bình tĩnh một mình.

Tư tưởng vị tha khao khát sự giác ngộ cao nhất được sản xuất trên nền tảng căn bản của lòng từ bi. Việc đã thiết lập một cách mạnh mẽ một nguyên động lực vị tha như thế, người tu tập tham dự vào những sinh hoạt đạo đức chẳng hạn như sự thiền bám trụ bình tĩnh và sự nhìn thông suốt đặc biệt.

Bây giờ, chúng ta hãy thảo luận sự thiền về sự nhìn thông suốt đặc biệt. Để có thể thiền về sự nhìn thông suốt đặc biệt mà nó nhận thức hóa cái thực trạng tối hậu, chúng ta cần mở mang trí khôn hiể tính vô ngã. Trước khi chúng ta có thể làm như thế, chúng ta phải sưu tầm về nó và nhận diện cái-tôi mà nó không tồn tại. Chúng ta không thể được thỏa mãn chỉ việc thuần túy về sự vắng bóng của nó. Chúng ta phải lấy làm chắc ch8aùn từ những chiều sâu của con tim chúng ta rằng không có căn bản nào cho một cái-tôi như thế tồn tại. Thật khả thi để đạt được sự làm chắc chắn này bằng cách thức của sự nhận thức trần truồng hoặc bằng lý luận, giống như chúng ta lấy làm chắc chắn bất cứ một hiện tượng nào khác, trần tục hoặc tôn giáo. Nếu một sự vật có thể sờ mó được, chúng ta không thể chứng minh sự hiện diện của nó được, bởi vì chúng ta có thể thấy và sờ mó được nó. Nhưng nghĩ đến sự những hiện tượng mờ ám, chúng ta phải tận dụng luận lý và những hệ phái của sự lý luận để thiết lập sự tồn tại của chúng.

Tính vô ngã có hai loại: tính vô ngã của con người và tính vô ngã của những hiện tượng. Như vậy cái-tôi cần được bỏ đi cũng có hai loại: cái-tôi của con người và cái-tôi của những hiện tượng. Một con người được định nghĩa trong sự liên hệ với những sự kết tập về tinh thần và thể xác. Nhưng đối với sự cảm thức thông thường, cái-tôi hoặc con người. xuất hiện ra như là nó làm chủ một thực thể tự túc hoặc cái-tôi không trông cậy vào những sự kết tập tinh thần và thể chất, tính liên tục của chúng, hoặc những bộ phận của chúng và v.v…Ký hiệu của con người tự túc đó, điều mà chúng ta thường nghiêng vào nó rất mạnh mẽ, là cái-tôi của những con người mà chúng ta sưu tầm để nhận diện chúng. Nó là cái-tôi phải được trừ bỏ. Qua những tiến trình tinh thần người tu tập có thể tiến đến hiểu một cái-tôi như vậy không tồn tại. Tại thời điểm đó người tu tập mở mang sự hiểu biết khôn ngoan về tính vô ngã của con người.

Các tính vô ngã của các hiện tượng được nói đến việc thiếu sự tồn tại chân thật của những sự vật được cảm thức và sự thiếu vắng sự tồn tại của tinh thần được cảm thức. Những sự vật được cảm thức là thiên nhiên tính của tinh thần cảm thức, nhưng một cách thông thường chúng có vẻ tồn tại một cách ngoại lai. Khi chúng ta nghiêng về sự tồn tại ngoại lai ấy, nó trở thành cái căn bản cho việc mở mang sự hệ lụy và sự quấy rối nghịch lại chúng ta. Mặt khác, khi chúng ta thấy cái thực trạng rằng những sự vật được cảm thức đều trống không trong sự tồn tại ngoại lai và rằng chúng chỉ thuần túy là thiên nhiên tính của tinh thần cảm thức, thì sức mạnh của sự ước muốn và tính cừu hận được giảm đi. Sự việc thiếu tính tồn tại ngoại lai của sự vật được cảm thức, và người cảm thức và sự thiếu vắng sự nhận diện riêng rẽ hoặc vật chất của sự vật được cảm thức, cấu tạo nên một cấp bộ thô sơ hơn của tính vô ngã của các hiện tượng.

Tinh thần cảm thức, cũng vậy, trống không trong sự tồn tại chân thật. Khi chúng ta nói sự vật thiếu sự tồn tại chân thật, chúng ta muốn nói rằng các sự vật tồn tại dưới sự xoay tròn của tinh thần hướng về sự tồn tại mà nó có vẻ xuất hiện, và những sự vật ấy không có một sự tồn tại thật sự hoặc độc nhất từ phía chính nó. Đối với tinh thần sai lầm của chúng ta các sự vật hình như tồn tại từ phía của chúng nó, và chúng ta nghiêng về sự xuất hiện ấy. Nhưng trong thực tế các sự vật đều trống rỗng trong một sự tồn tại như vậy. Đây là tính trống rỗng thâm sâu theo truoiøong phái này. Như thế, bằng cách loại trừ sự tồn tại chân thật cò vẻ bề ngoài của các sự vật, chúng ta mở mang một ý nghĩa về thiên nhiên tính đầy ảo tưởng của chúng. Việc hiểu biết rằng các sự vật giống như những ảo tưởng chống lại sự sản xuất về những cảm xúc âm tính như sự hệ lụy và trái nghịch.

Ở đây tác giả một cách rất rõ ràng giải thích rằng tất cả những bài học của Buddha một cách tối hậu được nhắm đến như là những huấn thị để hướng dẫn những người tu tập hướng về việc nhân thức hóa trạng thái của sự giác ngộ. Trong sự đeo đuổi mục đích này, một sự hiểu biết về tính-như-thế là tối hệ trọng. Chính ngài Buddha đã thực hiện được sự giác ngộ bằng cách hữu thức hóa ý nghĩa của sự thật tối hậu. Có vô số kể những quan điểm triết lý, nhưng nếu chúng ta đi theo quan điểm đúng, chúng ta có thể tạo được sự tiến bộ trên con đường đi tinh thần và đạt được sự nhìn thống suốt vào trong sự thật tối hậu. Mặt khác, việc đi theo những quan điểm không đúng dẫn đến những con đường sai và những hậu quả bất lý thú. Những tu tập viên nhận được sự nhìn thông suốt thích đáng vào trong cái nhìn của tính-như-thế có thể loại bỏ hoàn toàn những quan điểm sai lầm từ chính cội rễ.

Giống cái gì là tính-như-thế? Nó là thiên nhiên tính của các hiện tượng mà một cách tối hậu chúng trống rỗng về cái-tôi của con người và cái-tôi của những hiện tượng. Điều này được nhận thức hóa qua sự hoàn hảo hóa của trí khôn và không có cách nào ngược lại. Tập Việc Không Đảo

Lộn của Thuyết Pháp Tập về Tư Tưởng *đọc là, "Bẩm ngài Tathagata (Buddha), bằng sự hoàn hảo hóa nào các vị Bồ Tát Bodhisattvas quán xuyến được tính-vô-nhận-diện của các hiện tượng?" "Này Avalokiteshvara, nó được quán xuyến bởi sự hoàn hảo hóa về trí khôn." Vì vậy, hãy thiền về trí khôn trong khi tham dự vào việc bám trụ bình tĩnh.*

Cái tính-như-thế muốn ám chỉ đến tính vô ngã của con người và các hiện tượng, nhưng chính cống là tính vô ngã của các hiện tượng. Khi được trần thuyết trong chi tiết, các học giả khác nhau trong sự giải thích của họ. Theo bài này, tính vô ngã của cách hiện tượng được mô tả như là tính thâm sâu hơn là tính vô ngã của con người. Một con người định vị vào sự trông cậy những sự kết tập thể chất và thể xác. Khi chúng ta nói về tính vô ngã của một con người, con người ở đây muốn nói về con người tự túc tồn tại trong quyền hạn của chính nó, không trông cậy vào những dự kết tập. Một con người như vậy không tồn tại ngay cả cấp bộ qui ước, và vì vậy nó trống không về một sự nhận diện như vậy là điều được biết như là cái vô ngã của con người.

Vĩ nhân Kamalashila, một học giả nổi tiếng của Shantarashita đầy tự trọng, thuộc trường phái tư tưởng Yogachara Svatantrika Madhyamika. Trường phái này đưa ra hai cấp bộ của sự vô ngã về các hiện tượng — uyên thâm và thô sơ. Cái tính vô nhị của chủ vật và sự vật, hoặc người cảm thức và người được cảm thức, là cấp bộ thô sơ của tính-như-thế, trong khi nhìn thấy tất cả các hiện tượng như là trống rỗng trong sự tồn tại thật sự của nó là cấp bộ uyên thâm của tính-như-thế. Trong tất cả những thuyết pháp tập của ngài Buddha đã dạy, những bài thuyết pháp về *Sự Hoàn Hảo Hóa của Trí Khôn* đương đầu với vấn đề này đầy chiều sâu lớn nhất.

Thật là tuyệt đối quan trọng rằng ký hiệu "Tôi", cái vô

ngã của con người, và cái vô ngã của các hiện tượng có thể được bươi móc một cách hoàn toàn đầy đủ. Mỗi người trong chúng ta có một sự cảm giác bẩm sinh và trực giác về "Tôi." Đây là những gì kinh nghiệm sự hạnh phúc và sự đau buồn và cũng là những gì mang lại niềm hạnh phúc và sự đau buồn. Nhiều trường phái tư tưởng khác nhau đã định vị nhiều quan điểm khác nhau kể từ những thời cổ xưa về cách thức của ký hiệu "Tôi" tồn tại. Một trong những trường phái triết lý Ấn Độ đã có quan điểm về cái-tôi hoặc "Tôi" là người xử dụng và những sự kết tập thể xác và tinh thần như những sự vật đã được xử dụng. Như vậy, cái-tôi và những sự kết tập là những thực thể khác nhau.

Theo nhiều triết gia khác, cái-tôi là một thực thể vĩnh viễn muôn đời, đơn độc và độc lập. Cái-tôi là điều đã đến từ nhiều cuộc đời trước và là những gì đã du hành vào trong những cuộc đời kế đến khi những sự kết tập tinh thần và thể xác tan rã vào thời điểm của sự chết. Tôi có cảm tưởng rằng nhiều tôn giáo khác như Thiên Chúa Giáo cũng tin tưởng vào một cái-tôi vĩnh viễn, đơn độc và độc lập. Bởi sự ám chỉ này, một cái-tôi như vậy không tùy thuộc hoặc trông cậy vào các sự kết tập. Không một trường phái nào trong bốn trường phái tư tưởng trong Phật Giáo tin tưởng vào một cái-tôi như vậy. Họ từ chối bất cứ một sự tồn tại thể chất thực sự nào của cái-tôi mà lại tách rời khỏi những sự kết tập thể xác và tinh thần.

Không những như thế, theo triết lý Phật giáo, cái-tôi không tồn tại. Nếu chúng ta đã thỏa mãn rằng cái-tôi không tồn tại một chút nào cả, chúng ta sẽ trắng trợn đi nghịch lại sự cảm thức phổ thông. Chúng ta phải khảo sát và phân tích cái cách thức trong đó cái-tôi tồn tại. Xuyên qua sự phân tích hữu lý chúng ta có thể quyết định rằng cái-tôi tồn tại trong sự lệ thuộc vào những sự kết tập thể chất và tinh thần. Nhiều trường phái khác nhau cung cấp những cấp bộ khác nhau về sự diễn dịch của các sự kết tập, nhưng một cách tổng quát nó đồng thuận rằng sự cảm thức về cái-tôi được cấu tạo thành bởi việc trông cậy vào sự cảm thức về những sự kết tập. Nói cách khác, sự tồn tại của cái-tôi chỉ có thể được định vị trong sự tin tưởng vào những sự kết tập.

Tại sao làm cuộc sưu tầm về cái-tôi, hoặc "Tôi" và điều tra cái thiên nhiên tính về sự tồn tại của nó? Nói rộng lớn hơn chúng ta nghĩ con người như thuộc vào hai trại: những người đứng về trại chủa chúng ta và những người đứng về phía trại bên kia. Chúng ta dính liền vào những ai thuộc phía chúng ta và chúng ta sản xuất sự cừu hận vào phía bên kia. Bị kích động bởi sự hệ lụy và sự cừu hận, chúng ta phạm phải nhiều hành động âm tính của cơ thể, lời nói và tinh thần. Tại cội rễ của những tư tưởng và những hành động không bổ ích và không lành mạnh chứa chất cái cảm tưởng về "Tôi", hoặc cái-tôi. Cái cường độ và phạm trù của những hành động âm tính này tùy thuộc vào sự mạnh mẽ bao nhiêu chúng ta nắm vào sự cảm nhận sai lầm về cái-tôi. Thật quan trọng để nhận thức rằng nghiêng lên trên vào cái "Tôi" là bẩm sinh, và ấy vậy chúng ta sưu tầm và cố gắng phân tích kỹ lưỡng về cái "Tôi", chúng ta không thể tìm thấy một cái "Tôi" tự túc mà nó có sự kiểm soát trên những sự kết tập tinh thần và thể xác.

Bởi vì sự nhận thức sai lầm bẩm sinh này về cái "Tôi", chúng ta có một sự thành công không ngừng của lòng ước muốn. Một số của những sự ước muốn này thì rất đặc thù. Một người bình thường nhận thức vẻ đẹp hoặc sự thông minh và sự ước muốn của một người khác để trao đổi chúng cho những phẩm chất yếu kém hơn của mình. Cái kiểu cách chân thật của sự tồn tại của cái-tôi là nó được qui tội trong sự liên hệ về những nguyên nhân và những yếu tối khác của nó. Chúng ta không ố gắng để từ bỏ cái nghĩa của một cái-tôi, hoặc "Tôi", bằng một cách như thế, chúng ta nhất quyết phải có thể làm giảm sức mạnh và cường độ của cái nghĩa của chúng ta về một "cái-tôi" tự túc.

Những người thiền yoga phải phân tích theo cách thức như sau: một con người không được quan sát như là bị tách rời khỏi những sự kết tập tinh thần và thể chất, những yếu tố, và những sức mạnh về ý nghĩa. Cũng chẳng phải là một người của thiên nhiên tính của những sự kết tập và v.v...bởi vì những sự kết tập và v.v...có cái thực thể của nhiều sự hiện hữu và bất vĩnh viễn. Những người khác lại đã qui tội cho con người như là vĩnh viễn và đơn độc. Con người như là một hiện tượng không thể tồn tại ngoại trừ như là một hoặc nhiều (hiện tượng), bởi vì không cách nào khác của việc tồn tại. Vì vậy, chúng ta phải kết luận rằng sự tuyên bố chấp nhận một cách trần tục cái "Tôi" và cái "của tôi" thì hoàn toàn bị sai lầm.

Không có cái tôi hoặc con người tồn tại trong sự cô lập với các sự kết tập tinh thần và thể xác. Điều này muốn nói rằng một con người tồn tại trong sự trông cậy vào những sự kết tập. Việc này có thể được hiểu biết rõ ràng hơn bằng cách quan sát những điều qui ước hằng ngày của chúng ta. Khi cơ thể và những sự kết tập còn trẻ, chúng ta nói con người ấy trẻ; khi họ già, chúng ta nói con người ấy già. Những dự diễn tả qui ước này đồng thời xuất hiện với tính hữu thực hóa rằng con người này tồn tại trong sự tùy thuộc vào những sự kết tập.

Sự thiền vào tính vô ngã của các hiện tượng cũng phải được hoàn thành trong cách thức sau đây: những hiện tượng, nói tóm tắt, được bao gồm dưới năm sự kết tập tinh thần và thể xác, mười hai nguồn cảm giác, và mười tám yếu tố. Những khía cạnh vật chất của những sự kết tập, những cội nguồn của sự cảm thức, và những yếu tố đều, trong cái ý nghĩa tối hậu, thật không có gì hơn là những khía cạnh của tinh thần. Điều này như vậy là bởi vì khi chúng bị bẻ gãy ra thành những phần tử uyên thâm nhỏ nhất và những thiên nhiên tính của các bộ phận của những phần tử uyên thâm nhỏ nhất này được khảo nghiệm một cách từng phần tử một, không có sự nhận diện xác thực nào có thể được tìm thấy.

"Những hiện tượng" ở đây muốn nói đến mọi sự vật được thưởng thức và được xử dụng bởi một con người, chẳng hạn như năm sự kết tập tinh thần và thể xác, mười hai nguồn cảm xúc và mười tám yếu tố. Tất cả những vật chất ngoại lai này, chẳng hạn như hình thái thể chất và v.v... hình như có một sự nhận diện tách rời khỏi tinh thần cảm thức. Nhưng trong thực tế điều này không đúng như vậy. Nếu chúng làm sở hữu chủ một sự nhận diện tách rời khỏi tinh thần cảm thức, thì cả hai, cái hiện tượng và tinh thần cảm xúc, phải do bởi định nghĩa là những thực thể không có liên hệ một cách hoàn toàn. Điều này sẽ là nghịch đảo với ký hiệu rằng các sự vật được định vị bởi tinh thần cảm thức. Sự vật được cảm thức không có sự nhận diện tách rời cái tinh thần cảm thức nó. Nếu các sự vật như hình thái thực chất có sự hiện hữu ngoại lai, chúng ta phải có thể tìm thấy nó ngay cả sau khi chúng ta tách rời những bộ phận kết cấu của cái hình thái ra từng mảnh và từng mảnh. Bởi vì đây không phải là trường hợp đó, chúng ta có thể kết luận rằng các sự vật đều trống không trong sự tồn tại ngoại lai. Điều này cũng ám chỉ rằng sự vật được cảm thức và tinh thần cảm thức không tồn tại như là những thực thể riêng rẽ. Vì vậy những sự đề nghị của trường phái tư tưởng này nói rằng không có sự tồn tại ngoại lai tách rời khỏi sự việc cùng thiên nhiên tính như tinh thần.

Những người bình thường đã thai nghén sai lầm hình thái thể chất từ muôn thuở không có điểm bắt đầu, vì vậy những hình thái và v.v...có vẻ như riêng rẽ và ngoại lai đối với tinh thần, cũng giống như những hình thái thể chất xuất hiện trong những giấc mơ. Trong ý nghĩa tối hậu, hình thái thể chất và v.v… không có gì khác hơn là những khía cạnh của tinh thần.

Như vậy, tính-như-thế, hoặc tính trống rỗng, nói đến một sự thiếu về sự tách rời thực sự giữa tinh thần chủ quan và sự vật được cảm thức bởi tinh thần. Điều này như vậy là bởi khi những sự vật thể chất được bẻ ra những phần nhỏ và sự nhận diện của những phần đó được tìm thấy, không có sự nhận diện xác thực, hoặc cái tôi, có thể được tìm kiếm. Quan điểm này của Chittamatra, hoặc trường phái Chỉ Tinh Thần Thôi, rất giống với sự tranh luận của Yogachara Svatantrika Madhyamika, với một vài sự khác biệt thâm sâu, nhưng quan điểm này không thể chấp nhận được đối với những trường phái sau này thuộc các trường phái Madhyamika. Như vậy, những hàng kế tiếp giải thích quan điểm triết lý biệt lệ của Madhyamika.

Trong ý nghĩa tối hậu, tinh thần cũng không thể được xem là thật. Làm thế nào có thể cái tinh thần chỉ quán xuyến cái thiên nhiên tính sai lầm về hình thái vật chất và v.v…và xuất hiện trong nhiều khía cạnh khác nhau, là thật? Giống như hình thái vật chất và v.v… đều sai, bởi vì tinh thần không tồn tại một cách tách rời khỏi những hình thái vật chất và v.v…là điều sai, chính nó cũng sai. Cũng như những hình thái vật chất và v.v… làm sở hữu chủ nhiều khía cạnh khác nhau, và những sự nhận diện của chúng cũng không phải là một cũng chẳng là nhiều, một cách tương tự, bởi vì cái tinh thần không khác với chúng, sự hiện diện của nó cũng chẳng là một hoặc là nhiều (sự nhận diện). Vì vậy, tinh thần theo thiên nhiên tính là một ảo ảnh.

Ngay cả trong các trường phái tư tưởng Phật giáo, sự diễn dịch về ý nghĩa của sự trống rỗng khác nhau. Sự diễn dịch của trường phái Chittamatra không thể chấp nhận được đối với những người đề cao triết lý Madhyamika; cũng thế, những đề nghị của trường phái Chittamatra cũng có lý luận của chính họ để bác bỏ quan điểm của trường phái Madhyamika. Chúng ta cần phải mở mang một phối cảnh rộng lớn giúp chúng ta thấy được sự lành mạnh của triết lý Phật giáo hơn là những mảnh nhỏ của nó. Những quan điểm được trình bày bởi những trường phái thấp hơn phải trực tiếp hoặc gián tiếp giúp cho tu tập viên trong việc nhận thức hóa những quan điểm của những trường phái cao hơn. Đoạn văn trên đây đương đầu với tính vô ngã của những hiện tượng như đã được trình bày một cách đặc biệt bởi trường phái Madhyamika. Theo trường phái này, mỗi hiện tượng là chỉ thuần túy một nhãn hiệu được trần thuyết bởi tinh thần.Nó không phải là sự tồn tại ngoại lai, nhưng cái tinh thần cảm thức nhiều thứ loại khác nhau về những hiện tượng sai lầm mà chúng trống không trong sự tồn tại chân thật. Bằng cách này Makhyamika cho rằng tất cả những hiện tượng, ngoại lai hoặc nội tâm, đều thiếu sự tồn tại chân thật, hoặc không tồn tại một cách tối hậu.Khi những sự vật xuất hiện đối với tinh thần, chúng xuất hiện để tồn tại một cách chân thật, nhưng trong thực tế chúng thiếu một sự nhận diện như vậy. Có một sự khác biệt giữa cách thức các sự vật xuất hiện và cách thức chúng tồn tại. Một sự khác biệt như vậy không thể chấp nhận như thiên nhiên tính tối hậu của một hiện tượng. Vì vậy, tất cả những hiện tượng đều trống không trong sự tồn tại thật sự.

Hãy phân tích rằng, cũng chỉ giống như tinh thần, thiên nhiên tính của tất cả các hiện tượng, cũng vậy, chỉ giống như một ảo tưởng. Theo cách thức này, khi sự nhận diện của tinh thần một cách đặc biệt được khảo nghiệm bởi trí khôn, trong ý nghĩa tối hậu nóđượccảm thức chẳng phải bên trong cũng chẳng phải bên ngoài. Cũng chẳng phải tinh thần của quá khứ, cũng chẳng tinh thần trong tương lai, cũng chẳng phải là của hiện tại, được cảm thức. Khi tinh thần được sinh ra, nó đến từ không một nơi nào, và khi ngưng động(chết) nó cũng không đến nơi nào bởi vì nó không thể nào nhận thức được, không thể biểu dương được, và bất-vật-chất. Nếu người hỏi, "Cái gì là thực thể của điều mà nó lại không được nhận thức được, không thể biểu dương được, và bất-vật-chất?" Tập *Cái Đống của Những Hạt Ngọc* nói, "Bẩm ngài Kashyapa, khi cái tinh thần được hoàn toàn tìm thấy, nó không thể được tìm thấy. Điều không được tìm thấy không thể được cảm thức. Và điều gì không được cảm thức thì không quá khứ cũng không hiện tại và cũng không tương lai." Qua sự phân tích như vậy, sự khởi đầu của tinh thần một cách tối hậu không được thấy, và chặng giữa của tinh thần một cách không được thấy.

Tất cả các hiện tượng phải nên được hiểu như là thiếu một đằng cuối và đằng giữa, chỉ giống như tinh thần không có một đầu cuối và không có phần giữa. Với kiến thức rằng không có đầu cuối hoặc đầu giữa, không một sự nhận diện của tinh thần nào được cảm thức. Điều được nhận thức hóa bởi tinh thần, cũng vậy, được nhận thức như là sự trống rỗng. Bằng cách nhận thức hóa như vậy, chính cái sự nhận diện, điều nó được thiết lập như là khía cạnh của tinh thần, như sự nhận diện của hình thái thể chất, và v.v..thì một cách tối hậu không được cảm thức. Trong cách thức này, khi con người không một cách tối hậu thấy sự nhận diện của tất cả các hiện tượng xuyên qua trí khôn, người ấy sẽ không phân tích liệu hình thái thể chất là vĩnh viễieất nam hay vô thường, trống rỗng hoặc không trống rỗng, bị ô nhiễm hoặc không bị ô nhiễm, được sản xuất hoặc không được sản xuất, và tồn tại hoặc không tồn tại. Chỉ giống như một hình thái không được khảo sát, tương tự như việc cảm xúc, sự công nhận, những yếu tố tổng hợp, và sự ý thức không được khảo sát. Khi sự vật không tồn tại, những tính chất của nó không tồn tại. Vì vậy làm thế nào chúng có thể được khảo sát?

Đoạn văn trên đây đương đầu với thực trạng tối hậu; nghĩa của nó là trong ý nghĩa tối hậu sự vật của sự qui tội không có thể tìm thấy được. Trong khuôn khổ này chúng ta tìm thấy trong tập *Trái Tim Thuyết Pháp Tập* những câu như: "Không có hình thái thể chất, không âm thanh, no mùi hương, không vị, không có sự vật để sờ mó." Tinh thần, cũng vậy, không thể tìm thấy trong ý nghĩa tối hậu. Bởi vì trong ý nghĩa tối hậu những sự vật như vậy đều là cái-không-tồn-tại, không có lý do để khảo sát nhằm tìm xem chúng là vô thường hay vĩnh viễn. Một cách tối hậu tất cả những hiện tượng , gồm có những sự kết tập và v.v…đều trống rỗng trong sự tồn tại. Điều này quan trọng. Ngay cả khi chúng ta hiểu rằng các hiện tượng như hình thái thể chất và v.v…đều kaø trống không của sự tồn tại thật sự, có một sự nguy hiểm về việc nghĩ rằng thực trạng tối hậu có thể có sự tồn tại thật sự.

Theo cách thức này, khi con người không nhận thức được một cách chắc chắn cáo thức thể của một sự vật như có tồn tại một cách tối hậu, đã điều tra nó với trí khôn, tu tập viên tham dự vào sự tập trung nhất quán điểm vô-ý-niệm. Và vì vậy, tính-vô-nhận-diện của tất cả các hiện tượng được nhận thức hóa.

Đoạn văn trên đây chuyển đạ những gì mà nó muốn nói để nhận thức hóa tính vô ngã. Trí khôn nhận thức tính vô ngã phải nhận chắc tính vô ngã, nó không phải một cách đơn giản chỉ là một vấn đề không còn có sự ý thức sai lầm về cái-tôi nào. Thí dụ, cái tinh thần thai nghén các sự vật như hình thái thể chất trong nhiều cách thức khác nhau. Có một tinh thần thai nghén một hình thái thể chất như có sự tồn tại thật sự, một tinh thần khác lại thai nghén nó như là có điều lệ thuộc vào sự tồn tại chân thật, ấy vậy một tinh thần khác nữa lại thai nghén một hình thái thể chất với sự lệ thuộc thiếu sự tồn tại thật sự, và một lần nữa cái tinh thần lại thai nghén một hình thái thể chất không bổ nhiệm cho nó một sự lệ thuộc nào của sự tồn tại chân thật hoặc sự tồn tại vô chân thật. Vì vậy, cái trí khôn phân tích phải phân biệt cái-tôi được phản bác. Sau khi bác bỏ cái-tôi ấy, cái đối nghịch của nó, tính vô ngã, sẽ được hữu thực hóa.

Những ai không thiền với trí khôn bằng cách phân tích thực thể của các sự vật một cách đặc biệt, nhưng chỉ thuần túy thiền về sự loại bỏ hoạt động tính tinh thần, không thể đảo ngược những tư tưởng về ý niệm và cũng không thể nhận thức hóa tính vô nhận diện bởi vì họ thiếu cái ánh sáng của trí khôn. Nếu ngọn lửa của sự ý thức biết các hiện tượng như chính chúng nó được sản xuất từ sự phân tích cá nhân về tính-như-thế, thì cũng giống như ngọn lửa được sản xuất bởi việc cọ xát gỗ nó sẽ đốt cháy cái gỗ của tư tưởng về ý niệm. Ngài Buddha đã nói trong cách thức này.

Để có thể hiểu thiên nhiên tính thật sự của các sự vật, thật quan yếu rằng một tu tập viên phải xử dụng sự thông minh và trí khôn trong tiến trình khảo sát. Như tác giả một cách rõ ràng, giải thích, sự thuần túy loại trừ tính chất hoạt động tinh thần không cấu tạo sự thiền về tính-như-thế. Khi không hoạt động về mặt tinh thần một cá nhân không thể nhận thức sai lầm cái-tôi, nhưng người ấy thiếu ý thức của việc phân biệt tính vô ngã; điều này không mang lại chút ánh sáng nào, và vì vậy cá nhân này không được tự do khỏi những sự thêu dệt của sự nhận thức sai lầm. Vì vậy, chúng ta cần sản xuất những tia chớp sáng của trí khôn giúp chúng ta thăm dò vực thẳm tính vô ngã

Tập Đám Mây của Những Hạt Ngọc cũng nói, "Một người có tài khéo léo trong sự phân biệt sự sai lầm tham dự vào việc yoga của sự thiền về tính trống rỗng để loại bỏ tất cả những sự diễn bày về ý thức. Một người như vậy, do bởi sự tái lập nhiều lần sự thiền về tính trống rỗng, khi người ấy

sưu tầm một ca1chky4 lưỡng sự vật và sự nhận diện của sự vật, là điều làm lý thú cho tinh thần và làm chệch hướng nó, người ấy nhận thức hóa chúng là trống rỗng. Khi chính tinh thần đó cũng được khảo sát, nó được nhận thức hóa là trống rỗng. Khi nhận diện điều được nhận thức bởi tinh thần này một cách kỹ lưỡng được tìm kiếm, sự nhận diện này cũng được nhận thức là trống rỗng. Bằng cách nhận thức theo cách này một người đi vào trong thiền yoga về tính vô dấu hiệu." Điều này cho thấy rằng chỉ những người đã tham dự vào sự phân tích hoàn toàn có thể đi vào trong sự thiền yoga về tính vô dấu hiệu.

Người ta đã giải thích một cách rất rõ ng rằng xuyên qua sự loại bỏ thuần túy về tính hoạt động tinh thần, không khảo sát sự nhận diện của các sự vật với trí khôn, thật vô khả thi để tham dự vào sự thiền không có ý thức. Như vậy, sự tập trung được hoàn thành sau khi sự nhận diện thực tế của các sự vật như hình thái thể chất và v.v... Sự tập trung cũng không hoàn thành bằng cách bám trụ giữa thế giới này và thế giới xa hơn nữa, bởi vì những hình thái vật chất và v.v...không được cảm thức. Vì vậy nó được gọi là sự tập trung bất bám trụ.

Một người tu tập như vậy được gọi là người thiền về trí khôn tối thượng, bởi vì bằng cách khảo nghiệm một cách đặc biệt sự nhận diện của tất cả những vật chất với trí khôn người ấy đã cảm nhận không một điều gì. Điều này như đã được tuyên bố trong tập Thuyết Pháp Tập về Kho Tàng Không Gian và tập Viên Ngọc trong Thuyết Pháp Tập về Vương Miện và v.v...

Khi nó được điều tra, tinh thần nhận thức được hiểu là trống rỗng và những sự vật của tinh thần đều cũng trống rỗng về sự tồn tại thật sự. Một tu tập viên với một kiến thức như vậy tham dự vào việc được biết như là sự thiền yoga vô-dấuhiệu.Trong ý nghĩa tối thượng, tất cả những hiện tượng bị qui trách, bao gồm các sự vật của sự nhận thức chẳng hạn như hình thái vật chất, và cái tinh thần nhận thức tất cả đều trống rỗng về sự nhận diện chính nó. Thật quan trọng đáng để ghi chú rằng để đi vào trong sự hấp thụ bất-nhận-thức thật là thiết yếu để tham dự vào sự phân tích kỹ lưỡng trước nhất. Khi những sự vật của sự qui trách được tìm ra bởi trí khôn phân biệt,không có gì có thể tìm thấy. Ý nghĩa thật sự của việc hiểu biết tính vô ngã cần phải được thưởng thức trong tương lai.Sự thiếu thuần túy về sự hoạt động tinh thần không cấu tạo nên được sự hiểu biết tính vô ngã. Sự vắng mặt thuần tu1ycu3a một sự nhận thức sai lầm về cái-tôi không ám chỉ một kiến thức về tính vô ngã. Tính vô ngã được hiểu bởi trí khôn mà nó tìm thấy rằng cả tinh thần nhận thức và những sự vật được nhận thức thiếu mọi sự nhận diện về cái-tôi trong ý nghĩa tối hậu. Kiến thức này tỏa ánh sáng như nắng ban mai vào người tu luyện sau sự xem xét phân biệt và sự phân tích kỹ lưỡng.

Trong cách này, bằng cách đi vào trong tính-như-thế của tính vô ngã của con người hoặc của các hiện tượng, quí vị được tự do khỏi các ý niệm và sự phân tích bởi vì không có gì để được khảo sát và được quan sát một cách kỹ lưỡng. Quí vị được tự do khỏi sự bày tỏ, và với sự tham dự bằng tinh thần nhất quán điểm qquí vị tự động đi vào trong sự thiền mà không có sự yêu sách quá đáng. Như vậy, quí vị một cách rất rõ ràng thiền về tính-như-thế và bám trụ vào nó. Trong lúc bám trụ vào sự thiền đó, tính liên tục của tinh thần không bị chệch hướng. Khi tinh thần bị chệch hướng về một sự vật ngoại lai do bởi sự hệ lụy và v.v... sự chệch hướng như vậy phải được ghi chú. Một cách nhanh chóng thanh bình hóa sự chệch hướng bằng cách thiền vào khía cạnh đẩy lui những sự vật như thế và một cách nhanh chóng tái phối trí tinh thần vào tính-như-thế.

Nếu tinh thần có vẻ như không có khuynh hướng để làm như vậy, việc phản ảnh về những lợi ích của sự tập trung nhất quán điểm, hãy thiền với sự thú vị. Sự không có khuynh hướng phải được thanh bình hóa bằng cách cũng nhìn thấy những sự khiếm khuyết của sự chệch hướng.

Nếu sự hoạt động tinh thần trở nên không rõ ràng và bắt đầu chìm dần, hoặc khi có một sự nguy hiểm về sự chìm do bởi việc quá lạm dụng sức mạnh bởi sự mê man tinh thần hoặc ngủ, thì như trước đây, hãy cố gắng toan thử vượt qua tính cùn lụn bằng cách nhắm vào tinh thần về những sự việc đầy thú vui một cách tối thượng. Rồi cái tính-như-thế của sự vật phải được nắm giữ rất chặt sự nhắm vào. Nhiều lúc khi tinh thần được quan sát là bị kích thích thú vị hoặc bị cám dỗ để trở nên bị chệch hướng bởi những kỷ niệm của các biến cố trong quá khứ về những người làm trò hề hay trò chơi, thì như những trường hợp trước đây, hãy thanh bình hóa sự bị chệch hướng bằng cách phản ảnh về những sự vật như tính vô thường và v.v...chúng sẽ giúp làm hạ tinh thần. Rồi, trở lại cố gắng buộc tinh thần vào tính-như-thế mà không áp dụng những sức mạnh chống lại

Những hàng này giải thích phương pháp thiền về sự nhìn thông suốt đặc biệt vào thực trạng tối hậu. Tinh thần chống phản lại một cách nhất quán điểm về tính-như-thế thấy không một cái gì hơn là một sự trống không sau khi chối từ sự vật đã được biện bác. Không có gì xuất hiện đến trong tinh thần ấy ngoại trừ khoảng trống không. Cái tinh thần được hấp thụ vào trong tính vô ngã bỏ vất đi cái nền tảng của tất cả những sự nhận thức sai lầm. Chính vì vậy nó được nói đến như là một tinh thần được tự do khỏi mọi sự ý niệm và sự phân tích, một tinh thần nhất quán điểm vượt quá sự diễn tả. Khi tinh thần thiền một cách nhất quán điểm về tính-như-thế, nó được mô tả như là "được hấp thụ vào trong tính-như-thế" và "nó đi vào trong tính-như-thế." Khi tính trong sáng được thụ đa xuyên qua một sự tu tập được kéo lâu dài, sự thiền phải được tiếp tục mà không có một sự chệch hướng nào. Bằng cách thấy được tính vô ngã nhưng chỉ một lần không đủ, quí vị phải làm nhiều dự cố gắng duy trì cái năng động lực của sự hiểu biết. Sự thiền về sự nhìn thông suốt đặc biệt được mở mang bởi cái lực của trì khôn phân tích, và do bởi sức mạnh của cái cực độ phân tích thể chất và tinh thần sẽ được sản xuất.

Như đã được thảo luận trước đây trong bài nói về sự thiền bám trụ bình tĩnh, người tu luyện phải lưu ý về những sức mạnh đối chiếu chẳng hạn như sự kích thích thú vị và tính cùn lủn. Trong tiến trình của sự thiền phân tích, khi quí vị mất tính trong sáng của sự vật, tinh thần bị chệch hướng về một những vật khác. Khi sự sắc bén hoặc cường độ bị tàn yếu đi, tính cùn lủn tái xuất hiện. Khi những sự trở ngại này làm cản trở sự thiền của quí vị, quí vị cần phải áp dụng những liều thuốc giải độc cần thiết. Về điểm này Kamalashila một cách rõ ràng đã tuyên bố rằng khi tinh thần bị chệch hướng do bởi các sự vật ngoại lai như do kết quả một sự ước muốn, quí vị phải thiền về những khía cạnh đẩy lùi lại về những sự vật và sự vô thường. Khi tinh thần của tu tập viên, dưới sự khuynh đảo của sự mê man và ngủ thiếp đi, nó thiếu tính trong sáng, người ấy phải thiền về những sự vật thuu1 vị tối thượng chẳng hạn như một hình ảnh của ngài Buddha. Bằng cách áp dụng những liều thuốc giải độc như vậy, những sức mạnh cản trở sẽ bị thanh bình hóa và sự thiền của quí vị sẽ được tăng cường lên.

Nếu hoặc khi tinh thần một cách bất chợt tham dự vào trong sự thiền về tính-như-thế, được tự do khỏi bị chìm đi và tự do khỏi sự làm ngứa ngáy tinh thần, nó phải được để yên một cách tự nhiên và những sự cố gắng của quí vị phải được giãn thoải mái. Nếu sự cố gắng được áp dụng khi tinh thần đang ở trong trạng thái cân bằng về thiền, nó sẽ làm chệch hướng tinh thần. Nhưng nếu sự cố gắng không được áp dụng khi tinh thần trở nên cùn, nó sẽ trở thành như một người mù do tính cùn lủn tuyệt đối và quí vị sẽ không thực hiện được sự nhìn thông suốt đặc biệt. Vì thế, khi tinh thần trở nên cùn đi, hãy áp dụng sự cố gắng, và khioû trong sự hấp thụ, sự cố gắng phải được nói giảm nghỉ ngơi. Khi, bằng cách thiền về sự nhìn thông suốt đặc biệt, trí khôn thái quá được sản xuất và việc bám trụ bình tĩnh bị yếu, tinh thần sẽ rung rinh như ngọn đèn dầu trong cơn gió và quí vị sẽ không cảm thức được tính-như-thế một cách rất rõ ràng. Vì vậ, váo lúc ấy hãy thiền về việc bám trụ bình tĩnh. Khi sự thiền bám trụ bình tĩnh trở nên thái quá, hãy thiền về trí khôn.

Ở đây tác giả đã giải thích trong những ngôn từ trong sáng và chiếu ngời rằng khi người tu luyện có thể đặt một cách nhất quán điểm cái tinh thần vào tính-như-thế, được tự do khỏi tính cùn lủn và sự kích thích thú vui, người ấy phải tiếp tục sự thiền. Sau sự phân tích của trí khôn hiểu được tính-như-thế, nếu quí vị có thể duy trì sự đặt để cái tinh thần lên trên tính-như-thế, sự thiền phải được cho phép đi theo con đường tự nhiên. Khi sự thiền được tự do khỏi những sự ngứa ngáy và tính cùn lủn tinh thần, sự áp dụng những liều thuốc giải độc sẽ chỉ có kết quả phản ngược trái lại.

Cho đến khi nào quí vị đạt được sự nhìn thông suốt đặc biệt vào trong tính-như-thế, nó thật là trọng yếu để duy trì sự quân bình giữa những sự thiền tập trung và phân tích. Qua sự thiền phân tích, quí vị sẽ đạt được một sự hiểu biết về tính vô ngã. Sức mạnh của kiến thức này phải được bổ túc bởi sự tập trung nhất quán điểm. Quá nhiều sự phân tích làm hại sự tập trung, và quá nhiều sự tập trung làm chệch hướng trí khôn phân tích. Vì vậy hãy tập luyện sự trộn lẫn hòa hợp về hai loại thiền. Dần dần quí vị sẽ đạt được sự hội nhập của sự nhìn thông suốt đặc biệt và sự thiền bám trụ bình tĩnh.

CHƯƠNG 10

VIỆC KẾT HỢP
PHƯƠNG PHÁP VÀ TRÍ KHÔN

Khi cả hai cùng được tham dự một cách ngang bằng nhau, hãy giữ yên, một cách không cố gắng, kéo dài mãi cho đến khi nào không có một sự khó chịu tinh thần và thể xác nào. Nếu sự khó chịu tinh thần vcaơ thể xác xuất hiện đến, hãy nhìn cả toàn thể thế giới như một sự ảo ảnh, một ảo vọng, một giấc mơ, một sự phản chiếu của mặt trăng trên nước, và một con ma quỉ hiện hình. Và hãy nghĩ: "Những chúng sinh này rất bị làm quấy rầy trong chu kỳ của sự tồn tại do bởi việc không hiểu biết một kiến thức thâm sâu như vậy." Rồi, hãy sản xuất lòng từ bi và tinh thần tỉnh giác của tính giác ngộ bodhichitta, bằng cách nghĩ: "Tôi sẽ một cách nhiệt tình cố gắng giúp họ hiểu biết tính-như-thế." Hãy lấy một sự nghỉ ngơi. Lại một lần nữa, cũng giống cách ấy, hãy tham dự vào việc tập trung nhất quán điểm về một sự không xuất hiện của tất cả các hiện tượng. Nếu tinh thần bị giảm sút, một cách tương tự hãy nghỉ ngơi. Đây là con đường của việc tham dự vào sự liên kết của sự thiền bám trụ bình tĩnh và sự nhìn thông suốt đặc biệt. Nó nhắm vào những hình ảnh một cách có ý thức và một cách không có ý thức.

Ở đây bài văn giải thích làm thế nào để thực hiện sự nhìn thông suốt đặc biệt sau khi thực hiện được việc bám trụ bình tĩnh. Từ thời điểm đó trở đi quí vị có thể tham dự vào việc tu luyện sự kết hợp về sự nhìn thông suốt đặc biệt và sự thiền bám trụ bình tĩnh. Nói cách khác, quí vị tham dự vào việc tu luyện cả hai thiền nhất quán điểm và thiền phân tích. Trong khi tập luyện hai loại này, nó sẽ khôn ngoan nếu không để quá nhiệt tình. Quí vị nên săn sóc sức khỏe tinh thần và thể xác. Đợ thiền không nên quá dài. Trước khi ngồi xuống để thiền quí vị phải góp nhặt tất cả những gì cần thiết để bảo vệ cơ thể quí vị khỏi bị cực tuyệt nóng hoặc cực tuyệt lạnh. Khi quí vị trở nên mệt và chaù`n do từ nhiều đợt thiền dài, quí vị nên nghỉ ngơi tránh xa khỏi sự thiền nhất quán điểm và nghĩ đến các hiện tượng như đều là ảo ảnh hoặc những ảo vọng và v.v…Quí vị còn có thể nghĩ đến lòng từ bi đới tất cả chúng sinh bị lẫn lộn trong chu kỳ tồn tại. Với những tư tưởng lành mạnh như thế, hãy kích động chính quí vị để giúp chúng sinh nhận thức hóa thiên nhiên tính của thực trạng.

Một lần nữa hãy nghỉ ngơi và tiếp tục tập luyện sự tập trung vào sự bất xuất hiện của tất cả các hiện tượng, tức là sự thiền vào tính vô ngã. Điều này như vậy bởi vì khi quí vị thiền nhất quán điểm vào tính vô ngã, những hiện tượng qui ước ngừng xuất hiện vào trong tinh thần của quí vị. Nếu tinh thần của quí vị trở thành hao mòn mệt mỏi do kết quả của một sự thiền như vậy, quí vị nên nghỉ ngơi. Rồi một lần nữa tiếp tục sự thiền của quí vị về sự liên kết việc nhìn thông suốt đặc biệt và việc bám trụ bình tĩnh, là điều được biết như là việc chăm chú vào sự phản ảnh cả hai một cách có ý thức và một cách không có ý thức.

Như vậy, xuyên qua sự tiến bộ này, một người thiền nên thiền về tính-như-thế trong một giờ đồng hồ, hoặc một nửa đợt thiền vào ban đêm, hoặc một cuộc toàn thiền, hoặc lâu dài cho đến khi nào còn cảm thấy thoải mái. Đây là sự bền vững hóa về thiền phân biệt một cách kỹ lưỡng tính tối hậu, như đã được dạy bởi tập Sự Hạ Xuống Vào Thuyết Pháp Tập Lanka.

Rồi, nếu quí vị muốn trở dậy từ sự tập trung, trong khi hai chân của quí vị vẫn còn tréo ngang hãy nghĩ như sau: "Mặc dầu một cách tối hậu tất cả những hiện tượng này đều thiếu sự nhận diện, một cách qui ước chúng đều tồn tại. Nếu điều này không đúng như vậy, làm thế nào để sự liên hệ giữa nguyên và hậu quả và v.v…có được?"Ngài Buddha cũng còn nói:

Các sự vật được sản xuất một cách qui ước,
Nhưng một cách tối hậu chúng thiếu sự nhận diện nguyên bản.

Chúng sinh với thái độ trẻ con làm phóng đại các hiện tượng, nghĩ rằng chúng có sự nhận diện nguyên bản khi chúng thiếu điều ấy. Vì vậy việc làm phụ vào sự tồn tại nguyên bản cho sự vật thiếu làm cho tinh thần của họ bị lẫn lộn, và họ đi lang thang trong chu kỳ của sự tồn tại trong một thời gian lâu dài. Vì những lý do này, tôi sẽ cố gắng một cách không thất bại để thực hiện trạng thái toàn thức bằng cách thực hiện cho bằng được những sự chồng chất không gì có thể vượt quá được về công đức và sự nhìn thông suốt để giúp họ nhận thức hóa tính-như-thế."

Rồi từ từ đứng dậy lên từ vị trí có hai chân bị tréo ngang và làm việc cúng dường các vị Phật Buddhas và các vị Bồ Tát Bodhisattvas trong mười phương. Hãy lấy chúng sinh làm vật cúng dường và ngâm những lời cầu nguyện của họ.Và hãy làm một loạt cầu nguyện rộng lớn bằng cách tái đọc lại câu Người Nguyện Cầu của Tính Tình Quí Phái và v.v… Sau đó, hãy tham dự vào những cố gắng có ý thức hóa những sự kiến tạo công đức và sự nhìn thông suốt bằng va1ch thực hiện lòng quảng đại và v.v… là những điều đã được ban bố với sự cốt lõi của tính trống rỗng và lòng từ bi vĩ đại.

Mục lục

* Lời giới thiệu	11
* Dẫn nhập	19
• Chương 1: TINH THẦN LÀ GÌ?	31
• Chương 2: VIỆC HUẤN LUYỆN TINH THẦN	41
• Chương 3: LÒNG TỪ BI	47
• Chương 4: VIỆC MỞ MANG TÍNH TRẦM TĨNH CỘI RỄ CỦA LÒNG TỐT THƯƠNG NGƯỜI	53
• Chương 5: NHẬN DIỆN THIÊN NHIÊN TÍNH của SỰ KHỔ ĐAU	65
• Chương 6: TRÍ KHÔN	93
• Chương 7: CÁC TIỀN NHU CẦU CHO VIỆC THIỀN VỀ VIỆC BÁM TRỤ BÌNH TĨNH và SỰ NHÌN THÔNG SUỐT ĐẶC BIỆT	103
• Chương 8: VIỆC TẬP LUYỆN SỰ BÁM TRỤ BÌNH TĨNH	117
• Chương 9: HỮU THỰC HÓA SỰ NHÌN THÔNG SUỐT ĐẶC BIỆT	133
• Chương 10: VIỆC KẾT HỢP PHƯƠNG PHÁP VÀ TRÍ KHÔN	153

Liên lạc Tác giả
Tâm Bình & Thanh Bình
thanhbinhthanmen.gmail.com

Liên lạc Nhà xuất bản
Nhân Ảnh
han.le3359@gmail.com
(408) 722-5626

www.ingramcontent.com/pod-product-compliance
Lightning Source LLC
Chambersburg PA
CBHW060359080526
44583CB00012B/385